Moondru Mugankal

Vasanth Vellaidurai

250 ஆண்டுகளுக்கு முன்பு வாரிசு இல்லாமல் உள்ள நாட்டை தாமே எடுத்து நடத்தலாம் என்று ஆங்கிலேயர்களின் கிழக்கிந்திய கம்பெனி சட்டம் போட்டிருந்தது. அதன்படி மறவர் நாட்டின் ஆட்சி அதிகாரத்தை கைப்பற்ற முயற்சித்தது ஆங்கிலேய படை.

மறவர் நாட்டில் இங்கு பல ஆண்டுகள் பலரால் சேர்த்து வைக்கப்பட்ட நகை பணம் பொருட்கள் நவாப்பின் மகன் மற்றும் கிழக்கிந்திய கம்பெனி பீரங்கி தாக்கத்தலில் மன்னர் முத்து வடுக நாதரை பீரங்கி குண்டுகள் துளைக்க கொன்று மறவர் நாட்டை கைப்பற்றியது ஆங்கிலேய அரசு..

இதனை லண்டன் பத்திரிகை எழுத.. லண்டன் அரசவையில் மறவர் நாட்டின் மன்னன் நவாப் தான்.. நவாப் மன்னர் மகனால் சிறப்பாக ஆட்சி நடக்கிறது என்று ஆங்கிலேயர்கள் அவர்கள் அரசுக்கு கொடுத்த தகவலும் உண்டு..

கணவனை இழந்து, இராச்சியம் இழந்து, பின்னர் ஆங்கிலேய கிழக்கிந்திய கட்டுபாட்டில் இருந்து முதன் முதலில் ஒருவர் மீண்டும் இராச்சியத்தை ஆங்கிலேயரிடம் இருந்து மீட்டார் என்றால் அது இராணி வேலுநாச்சியார் தான்.

ஏனோ மக்களின் சாதி பற்று வரலாறு பலரை சாதி சங்கத்து அட்டை பட தலைவர்களாக சுமந்து கொண்டது.. பலரை கற்பனை கதாபாத்திரங்கள் என்றும் ஆதாரம் தேடாமல் நாவல் என்று வரலாறு புதைத்து நகர்த்த படுகிறது..

மறவ நாட்டை மீட்டது மறவர் படை அல்ல மக்கள் படை..

அத்தகைய படையை கட்டியது மறவர் நாட்டில் அல்ல பாண்டிய நாட்டின் நங்காஞ்சியில்.. இன்றைய திண்டுக்கல் மாவட்டம்..

யார் இந்த வேலு நாச்சியார்?

"சக்கந்தி" இராமநாதபுரத்திற்கு அருகிலுள்ள ஊர். வேலுநாச்சியார் பிறந்தது இங்கேதான். தந்தை முத்து விஜய ரகுநாத செல்லத்துரை சேதுபதி.

இராமநாதபுர மன்னர். தாய் முத்தாத்தாள் நாச்சியார். இவர்களின் ஒரே பெண் குழந்தை தான் இந்த வேலுநாச்சியார்.

15வயதிலேயே முத்து வடுக நாதரை மணந்தார்.. தனது 42 வயதில் கணவனை இழந்து, இராச்சியம் இழந்தது, நாடோடி தலைமறைவு வாழ்க்கை தான் பெற்ற மகள் வெள்ளச்சியை காப்பாற்ற..

வேலு நாச்சியார் வரலாறு பாடப்புத்தகங்கள் மற்றும் கதைகள் என மக்கள் மனதில் சென்றது என்பதை விட நீங்கியே விட்டது எனலாம்..

இராணி வேலுநாச்சியார் வரலாற்று பேசப்பட்டது சமீபத்தில் தான்.. ராணி வேலு நாச்சியார் நினைவு தபால் தலை இந்திய அரசால் 31 டிசம்பர் 2008 அன்று வெளியிடப்பட்டது.

அதுவரை ஜான்சி ராணி பற்றிய தகவல்கள் படித்து வந்தவர்கள்.. வேலு நாச்சியார் பற்றிய தகவல்கள் மெய் சிலிர்க்க வைத்தது...

ஆங்கிலேயர் கண் வைத்த **தி கிரேடர் மறவா** – **The Greater Marava.**

1752-இல் மதுரையை ஆண்ட விசயகுமார நாயக்கர் மீது பரங்கியர் கேப்டன் கோப் தலைமையில் போர் தொடுத்துக் கைப்பற்றினர்.

வசந்த் வெள்ளைத்துரை

அதையறிந்த முத்துவடுகநாதர் மதுரை மீது போர் தொடுத்து அங்கிருந்த கேப்டன் கோப்பையும் அவர் படைகளையும் விரட்டியடித்து மீண்டும் விசயகுமார நாயக்கரையே மதுரை மன்னராகப் பதவி அமர்த்தினார். இதனாலேயே நவாப், பரங்கி மற்றும் கும்பினி படைகளுக்குச் சிவகங்கை மீது கோபம் இருந்தது..

கும்பினியர் தலைவனாக லார்டு டிகார்ட் என்பவன் பதவியேற்றான். முதல் வேலையாக முத்துவடுகநாதர் சிவகங்கை சார்பாகக் கும்பினியருக்குத் வரி செலுத்த வேண்டும் என்று தூதனுப்பினான்.

அதை முத்துவடுகர் மறுத்ததால் கான்சாகிப் மூலம் கொலை மிரட்டலும் விட்டுப் பார்த்தான் டிகார்டு. இரண்டுக்குமே இவர் பணியாததால் 1763-ஆம் ஆண்டில் மன்னர் காளையார் கோவிலுக்குச் சென்ற சமயம் பார்த்துச் சிவகங்கை மீது போர் தொடுத்துச் சூறையாடினான். இதையறிந்த முத்துவடுகநாதர் கலவரத்தைத் தடுத்துக் கான்சாகிப்பையும் விரட்டினார்..

மறவர் சீமைப் படைகளுடன் சேர்ந்து பரங்கியர்களின் துப்பாக்கிப் படைமீதும் பீரங்கிப்படை மீதும் போர் தொடுத்து இராமநாதபுரத்தை மீண்டும் தன் ஆட்சியின் கீழ் கொண்டுவந்தார்.

இனிமேல் முத்து வடுகநாதரை வெல்ல முடியாது என்றறிந்த பரங்கியர் அன்றிரவே சிவகங்கை மீது இனி போர் தொடுப்பதில்லை எனச் சமாதானம் பேசினர். அதை உண்மையென வடுகநாதர் நம்பினார்.

சமாதானம் என்று கூறியதால் பாதுகாப்புகளைக் குறைத்து விட்டு இதுவரை இறந்த வீரர்களுக்கு அஞ்சலி செலுத்த 1772 காளையர் கோவிலுக்குச் சென்றுவிட்டார் முத்து வடுகநாதர்.

வசந்த் வெள்ளைத்துரை

இதையறிந்த பரங்கிப்படை இரண்டாகப் பிரித்துக் கொண்டு ஒன்றை காளையர் கோவிலுக்கு முத்துவடுகநாதரைக் கொல்ல பான்சோர் என்ற பரங்கித்தளபதியின் கீழும்..

மற்றொரு பிரிவை மருது சகோதரர் படை மீதும் செலுத்திப் போர் தொடுத்தது.

கோவிலுக்குச் சென்றதால் ஆயுதம் எடுத்துக் கொள்ளாமல் சென்ற வடுகநாதரை பீரிங்கி குண்டு வீசி சுட்டுக்கொன்றான்.

மிக பெரிய அளவில் அன்று இவை பேசப்பட்டதால் நவாப் இதனை நேரடியாக தனது கட்டுப்பாட்டில் 1780 வரை வைத்து இருந்தான்..

வேலுநாச்சியார் மற்றும் அவள் பெற்ற குழந்தைக்கு வெள்ளச்சிக்கு விலை வைத்தது..

கோட்டை இராச்சியம் இழந்து வேலு நாச்சியார், வெள்ளச்சி, தாண்டவராய பிள்ளை தலைமறைவு..

மறுபுறம் மருது சகோதரர்கள் தலைமறைவு.. இவர்களில் அன்று யார் ஆங்கிலேயர் கையில் இருந்தாலும் தூக்கு அல்லது கொல்லப்பட்டு இருப்பார்கள்..

காளையார் கோவிலில் தன் கணவரைப் பறிகொடுத்த வேலு நாச்சியார் அரியாக்குறிச்சி என்கிற ஊருக்கு அருகில் வரும்போது உடையாள் என்கிற மாடு மேய்க்கும் சிறுமி எதிர்ப் பட்டாள். அவளுக்கு விடை கொடுத்துவிட்டுச் சென்ற வேலு நாச்சியாரைப் பின்தொடர்ந்து வந்த ஆங்கிலேய எதிரிகள் உடையாளிடம் வேலுநாச்சியார் சென்ற பாதை குறித்துக் கேட்டபொழுது காட்டிக் கொடுக்க மறுத்தாள்.

வசந்த் வெள்ளைத்துரை

ஆகவே, ஆங்கிலேய எதிரிகளால் தலை வேறு முண்டம் வேறாக உடையாள் வெட்டிப் படுகொலை செய்யப்பட்டாள்.

தமக்காக, தன் நாட்டுக்காக உயிரை ஈந்த சிறுமி உடையாளின் வீரமே மக்கள் படை திரட்ட துருப்பு சீட்டு எனலாம்..

நங்காஞ்சியில் கோபால நாயக்கரிடம் தஞ்சம் புகுந்தனர் வேலு நாச்சியார், வெள்ளச்சி மற்றும் தாண்டவராய பிள்ளை..

தி கிரேடர் மறவா என்று சிவகங்கை கட்டமைப்பு செய்த முக்கிய பொறுப்பு தாண்டவராய பிள்ளையை சேரும்..

சிவகங்கை சமஸ்தானத்தை உருவாக்கி மன்னர் சசிவர்ணத் தேவரின் மனதில் நீங்காத நிறைவான இடத்தைப் பெற்றப் தாண்டவராய பிள்ளையைப் பாராட்டி மன்னரின் மகன் முத்துவடுகநாதர் அவருக்கு ஒரு தாமரைப் பட்டயம் வழங்கி தாண்டவராய பிள்ளையைப் பெருமைப் படுத்தியுள்ளார்.

வேலுநாச்சியாருக்கு அடுத்தடுத்த சோதனை தலைமறைவு வாழ்க்கை அடுத்த தலைமுறை காப்பாற்ற வேண்டும் என்று பொறுப்பு கூடிய வேளையில் உடன் இருந்த தாண்டவராய பிள்ளையும் உடல்நலம் குன்றி இறந்து போனார்..

மிக பெரிய அளவில் வெடி மருந்து ஆய்வு கூடத்தை நங்காஞ்சியில் (விருப்பாச்சியில்) கட்டமைப்பு செய்த ஹைதர் அலி அதனை கோபால நாயக்கர் கீழ் இயங்கி வந்த வேளையில்..

நேரடியாக மூவர் ஹைதர் அலி முன் வந்து சிவகங்கையில் நடந்ததை கூறினர்..

வசந்த் வெள்ளைத்துரை

இராணி வேலுநாச்சியார் எங்கே என ஹைதர் அலி கேட்ட போது மருது சகோதரர்கள் தன்னுடன் நிற்கும் வேலுநாச்சியாரை காட்டினார்கள்..

தாண்டவராய பிள்ளை இறப்பு அறிந்து ஹைதர் அலி வெடி மருந்து ஆய்வு கூடத்தில் வேலுநாச்சியார் பாதுகாப்புக்கு வந்தவரே குயிலி..

1772ல் உடையாள் என்னும் 7வயது சிறுமி ஆங்கிலேயர் பாஞ்சோர் மற்றும் ஸிமித்தினால் படுகொலை செய்யபட்டது..

மேற்கே கொல்லத்தில் இருந்து கொல்லங்குடிக்கு புலம்பெயரும் புலையர்கள் மத்தியில் மிக பெரிய தாக்கத்தை ஏற்படுத்தியது..

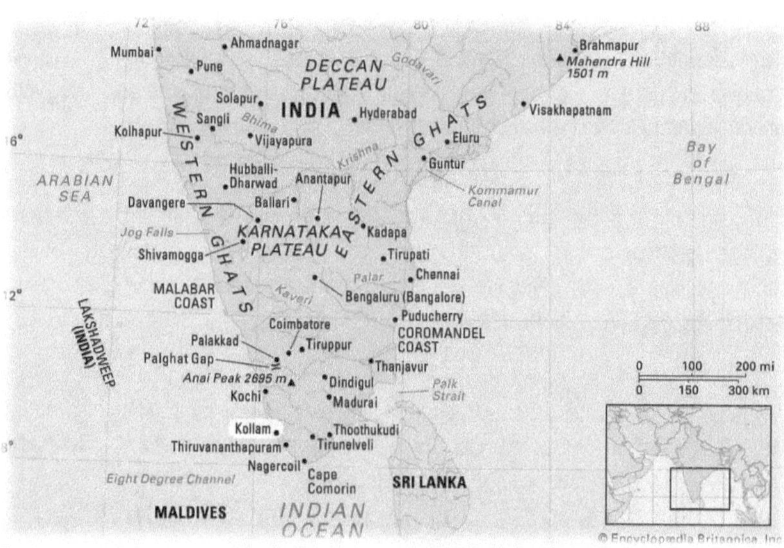

வேலுநாச்சியார்,வெள்ளச்சி, தாண்டவராயபிள்ளை, மருது சகோதரர்கள் தலைக்கு ஆற்காடு நவாப் மற்றும் ஆங்கில அரசு விலை வைத்தது மிக பெரிய அளவில் மக்கள் மனதில் இது கோபத்தை ஏற்படுத்தியது..

வசந்த் வெள்ளைத்துரை

வேலுநாச்சியார், வெள்ளச்சியை பாதுகாத்து வந்த தாண்டவராயபிள்ளை இறப்பு மேலும் மக்கள் ஆவேசம் அடைந்தனர்..

நாயக்கரில் அனுப்பர் என்று ஒரு இனக்குழு உண்டு.. குழந்தைகள் இறப்பை நடுக்கல் வழிபாடு செய்பவர்கள்..

அனுப்பர் இன குழு இரண்டு நடுகற்கள் செதுக்கினர் ஒன்று உடையாள் நடுகல் மற்றொன்று ஆங்கிலேயர் விலை வைத்த மருது சகோதரர்கள் முன் புறமும் அதே கல்லில் பின் புறத்தில் வேலுநாச்சியார் வெள்ளச்சி தாண்டவராயபிள்ளை உருவங்களோடு இரண்டு வீரக்கல் இவை திண்டுக்கல் மாவட்டம் நல்லூர் ஊர் மத்தியில் இருந்த ஆலமரத்தடியில் வைக்க.. 72 பாளையங்களிலும் காட்டு தீ போல் பரவியது இந்த செய்தி..

72 பாளையங்களில் எவ்வளவு பெரிய பஞ்சாயத்து என்றாலும் திண்டுக்கல் நல்லூர் பண்டார கல்லில் தீர்ப்பு வழங்கப்படும்..

வசந்த் வெள்ளைத்துரை

நல்லூர் என்ற வீரக்கல்பட்டி (திண்டுக்கல் மாவட்டம்)

இருபுறமும் செதுக்கப்பட்ட சிற்ப கல்

இதற்கிடையில் கோட்டையை கைப்பற்றிய நவாப் அதனை உசேன் நகர் என மாற்றினான்..

நல்லூர் பண்டார கல்லில்

சேர்வைகாரர் மருது சகோதரர்கள், கோபால நாயக்கர் முன்னிலையில் உடையாள் படுகொலை செய்த பாஞ்சோர் மற்றும் ஸிமித் தலைக்கு விலை வைத்தனர் பாளையக்காரர்கள்..

வசந்த் வெள்ளைத்துரை

நல்லூர் என்ற அந்த ஊர் அன்று முதல் வீரக்கல் என்று பெயரிடப்பட்டது..

பண்டார கல்லில் மருது சகோதரர்கள் இனி வேலுநாச்சியார் வெள்ளச்சி பாதுகாப்புக்கு இருக்க வேண்டும் என்று தீர்ப்பு வழங்கப்பட இருந்த வேளையில்..

 ஈட்டியுடன் ஒரு விதவை பெண் நான் பாதுகாக்கிறேன் என்று நின்றாள்.. *அவளே குயிலானின் மனைவி குயிலி..*

கோபால நாயக்கர் யாரும்மா நீ என்று கேட்க..

குயிலின்னு கூப்பிடுவாங்க.. குயிலான் குயிலி என்பது எங்க ஊர் பேரு.. மேற்க மலைநாடு பக்கம்..

1763 புயலில் குயிலான் ஊர் சிதலமடைய பஞ்சம் பிழைக்க கொல்லங்குடி வந்த புலையர்கள்.. ஆறு வருடங்கள் முன்பு வந்த புயலில் என் அத்தான் செத்துட்டாரு.. *உடன்கட்டை ஏறாமல்.*..

என் குழந்தைக்காக உசிர கையில் பிடித்து இருந்தேன். அவளையும் போன வருடம் கண்டம் துண்டமாக வெட்டி போட்டார்கள்...

வெட்டி போட்ட மாடு மேய்த சிறுமி என் புள்ள உடையாள்.. என் புருசன் பேரு உடையான்.. என் பேரு சின்னக்காள் என்றாள்.

குயிலியை விட யாரும் வேலுநாச்சியார் வெள்ளச்சியை பாதுகாத்து வர முடியாது என்று உணர்ந்த கோபால நாயக்கர் ..

வசந்த் வெள்ளைத்துரை

குயிலியை வேலுநாச்சியார் மற்றும் வெள்ளச்சி பாதுகாவலர் ஆக்கினார் கோபால நாயக்கர்..

வீரம் நிறைந்த பெண்கள் மட்டுமே கொண்டு கட்டமைத்த உடையாள் படை

1773ல் நல்லூர் என்ற வீரக்கல் ஊரில் பண்டார கல்லில் ஸ்மித் மற்றும் பாஞ்சோர் தலைக்கு விலை வைத்தது.. மதராசபட்டினமான சென்னையில் இன்றைய பூந்தமல்லியில் முத்துவடுக நாதர் கொலை மற்றும் உடையாள் படுகொலை விசாரணை செய்தது ஆங்கிலேய அரசு..

பாஞ்சோர் பதில்கள் அனைத்து தரப்பினரும் கோபமடைய செய்தது.. தி கிரேடர் மறவா என்பது உசேன் நகர் அதன் மன்னர் நவாப் நான் யாரையும் கொல்லவில்லை எந்த வித பெண்ணையும் குழந்தையும் கொலை செய்யவில்லை என்றான்..

ஸ்மித் படை தி கிரேடர் மறவா சீமைக்கு சென்றதுக்காக சாட்சிகள் வலுவாக இருந்ததால் செய்யப்பட ஸ்மித் பதவியை பறித்தது ஆங்கிலேய அரசு...

1775 இந்த தீர்ப்பு வேலுநாச்சியார், குயிலி மற்றும் மருது சகோதரர்கள் மட்டும் அல்ல ஓட்டு மொத்தமாக மக்களையும் அதிர்ச்சி அளித்தது..

பாஞ்சோர், ஸ்மித் இங்கு இருந்தால் கொன்று விடுவார்கள் என்று அறிந்த ஆங்கிலேய அரசு *1775ல் பாஞ்சோர் உடல்நிலை குறைவு என்று காரணம் காட்டி ஸ்மித்துடன் பாஞ்சோரும் லண்டனுக்கு சென்று விட்டார்.*..

1775ல் சிவகங்கை கோட்டை மீட்க திட்டமிடப்பட்டது.. எப்படி சென்றாலும் வேலுநாச்சியாருக்கு மிக பெரிய படை பலம் வேண்டும்..

வசந்த் வெள்ளைத்துரை

எவ்வாறு உள்ளே செல்வது என சின்ன மருது திட்டம் கொடுத்தார்.. இந்த திட்டத்திற்கு பெயரே *பறவை* அதற்கு அவர்கள் தேர்வு செய்த ஊரும் அன்றைய ஹைதர் அலி கட்டுபாட்டில் இருந்த *பரவை* மதுரை தான்..

மருது சகோதரர்கள் பரவையில் இருந்து கல்லல் கோட்டை போய் சேர வேண்டும்.. வேலுநாச்சியார், வெள்ளச்சி மூலம் ஆயுதங்கள் அவர்களுக்கு பின் வந்து கொண்டே இருக்க வேண்டும்..

அதே வேளையில் மானாமதுரை வழியாக கல்லல் கோட்டை வேலுநாச்சியார் வெள்ளச்சி வந்து சேர வேண்டும்..

அடுத்து

அதிகப்படியான எண்ணிக்கை கொண்ட படை பலம் வேண்டும்.. காடுகளுக்கு மத்தியில் உள்ள கோட்டை உசேன் நகரை மாற்றி அனுமன் கொடி பறக்க வேலுநாச்சியார் மற்றும் வெள்ளச்சி உயிருடன் வேண்டும்..

1776 மற்றும் 1777ல் குயிலின் உடையாள் படை தென்கிழக்கில் சென்றடைந்த இடமே திருப்பாச்சேத்தி கிராமம்..

அதே வேளையில் 12 பீரங்கி, ஏராளமான சிறிய ரக பீரங்கி மற்றும் கணக்கில்லா துப்பாக்கிகள் சிறுமலை மற்றும் பன்றிமலை பகுதிகளில் உடையாள் படை செய்தது..

அதே வேளையில் மருது சகோதரர்கள் வாள் படை மற்றும் வளரி படை என இருமலைகளிலும் பயிற்சி பெற்றனர்.

ஹைதர் அலி வெடி மருந்து ஆய்வு கூடத்தில் வேலுநாச்சியார் ஏவுகணை ஒன்றையும் வடிவமைப்பு செய்து இருந்தார் குயிலி உடன்..

இத்தனை படையும் ஹைதர் அலி மகன் திப்பு சுல்தான் மற்றும் கோபால நாயக்கர் மேற்பார்வையில் நடந்தது.. சிறிய அளவில் ஆன பீரங்கி தயாரித்தனர் உடையாள் படையினர்..

1777ல் புரட்சி படை மானாமதுரை நோக்கி வருகிறது என்று தெரிந்த நவாப்.. வாள் மற்றும் வேல் கொண்ட படை என நினைத்தது தவறு.. நல்லூர் (எ) வீரக்கலில் வடிவமைப்பு செய்யப்பட்ட நாட்டு வெடிகள் உடையாள் படை தயாரித்தது திருப்பாச்சியில் வீசிய பிறகே உலகறிந்தது..

1777 மற்றும் 1778 மருது சகோதரர்கள் கல்லல் கோட்டை நோக்கி முன்னேறினர்...

திருப்பாச்சியில் அப்போது அடித்தது *வாள் அல்ல அருவாள்*... வளரி மற்றும் அருவாள் கணக்கில் அடங்காது. அவைகள் பரவை கொண்டு வரப்பட்டு கல்லல் நோக்கி செல்லும் மருது சகோதரர்கள் புரட்சி படைக்கு கொண்டு சேர்க்கப்பட்டது.

அது மட்டுமல்ல ஹைதர் அலியின் மொத்த மைசூர் பேரரசுக்கு துப்பாக்கி தோட்டாக்கள் மட்டும் செய்த இடமும் இந்த திருப்பாச்சி தான்...

மைசூர் பேரரசு ஹைதர் அலி முன்னோர்கள் பஞ்சாபைச் சேர்ந்தவர்கள். 17ஆம் நூற்றாண்டில், ஒரு சூபி குடும்பம் குல்பர்காவை நோக்கி வந்தது. அப்பகுதியில் பீஜப்பூர் சுல்தான்களின் ஆட்சி நடைபெற்றுக் கொண்டிருந்தது. ஷியா சிந்தனைப் பிரிவின் தாக்கமும், பாரசீக மொழியின் ஆளுமையும் அப்பகுதியில் இருந்தது. அக்குடும்பத்தில் மார்க்க அறிஞர்கள், போர் வீரர்கள், தர்ஹா பணியாளர்கள் என பலரும் இருந்தனர்.

வசந்த் வெள்ளைத்துரை

இக்குடும்பத்தைச் சேர்ந்தவர்கள் 1686ல் ஒளரங்கசீப்.. பீஜப்பூர் மீது படையெடுத்தபோது, அதை எதிர்த்துப் போரிட்டு உயிர் துறந்திருக்கிறார்கள்.

அந்த சூ:பி குடும்பத்திலிருந்த ஒருவர் தான் பத்தே முஹம்மது. பஞ்சாபிலிருந்து புறப்பட்டு, பல ஊர்களில் குடியமர்ந்து இறுதியாக கோலார் (தங்கவயல்) பகுதியில் குடியேறினார்கள். இக்குடும்பத்தைச் சேர்ந்தவர்கள் இடைக்காலத்தில் கன்னடத்தின் வெவ்வேறு பகுதிகளில் தங்களின் வசதிக்கேற்ப சூழ்நிலைக்கேற்ப வாழ்க்கையை அமைத்துக் கொண்டனர்.

ஆனால், பத்தே முஹம்மது கோலாரில் தங்கினார். பின்னர் ஆற்காடு நவாபின் படையில் முக்கிய வீராகப் பணியில் சேர்ந்து, முக்கிய தளபதியாக உயர்ந்தார்.

ஹைதர் என்னும் சிங்கம் பிறந்தது

மைசூர் அரசியல் அப்போது தஞ்சாவூரில் செய்யது புர்கானுதீன் என்ற அறிஞரின் மகளை மணமுடித்தார்.

இவர்களுக்குப் பிறந்தவர்தான் ஹைதர் அலி. முகலாயப் பேரரசர் ஒளரங்கசீப் மரணித்து 14 வருடங்களுக்குப் பிறகு 1721ல் பிறந்தார் ஹைதர் அலி. ஒளரங்கசீபின் மரணத்திற்குப் பின்னால் முகலாய சாம்ராஜ்யம் அரசியல் குழப்பத்திற்கு உள்ளாகி பலவீனம் அடைந்தது. அவரது வாரிசுகளின் திறமையின்மையால் பாபரில் தொடங்கிய முகலாயர் வரலாறு, முடிவை நோக்கி நகர்ந்து கொண்டிருந்த காலக்கட்டத் தில்தான் ஹைதர் அலி வளர்கிறார்.

அக்காலக் கட்டத்தில்தான் ஒளரங்கசீபால் நிர்வாகத் தலைவர்களாக நியமிக்கப்பட்ட நவாபுகளும், நிஜாம்களும் முகலாயப் பேரரசை உடைத்து தங்களைத் தாங்களே ஆட்சியாளர்களாக முடிசூட்டிக் கொள்கின்றனர்.

அப்போதுதான் ஆங்கிலேயர்கள் வங்கக் கடலோரம் தங்களின் வியாபாரத்தை அரசியல் தந்திரங்களுடன் வளர்த்துக் கொண்டிருந்தனர். இவர்களுக்குப் போட்டியாக பிரெஞ்சுக்காரர்கள் வேறு.

இத்தகைய அரசியல் தட்பவெப்பம் நிலவிக் கொண்டிருந்த போது, மைசூரை உடையார்கள் ஆண்டு வந்தனர்.இதற்கு முன்பு மைசூர், விஜயநகரப் பேரரசின் கீழும், பாமினி சுல்தான்களின் ஆட்சியின் கீழும் ஆளப்பட்டு வந்தது குறிப்பிடத்தக்கது.அப்போது கிருஷ்ணராஜா என்ற 20 வயது இளைய மன்னனிடம் சாதாரண படை வீரர்களாக ஹைதர் அலியும், அவரது அண்ணன் ஷாபாஸ் சாஹிபும் பணியில் சேர்ந்தனர்.

1749ல் நடைபெற்ற தேவனஹள்ளிப் போரில் இவர்கள் காட்டிய வீரமும் தீரமும் மன்னரை வியப்பில் ஆழ்த்தியது.தொடர்ந்து முன்னேற்றம்அதற்குப் பரிசாக குதிரைப் படைக்குத் தளபதியாக நியமிப்பார் ஹைதர் அலி. திறமைசாலியின் உழைப்பு வீண் போவதில்லைதானே...!

1750-ல் ஆங்கிலேயர்களுக்கும் பிரஞ்சுகாரர்களுக்கும் இடையில் கர்நாடக யுத்தம் நடைபெற்றது. மைசூர் அரசு பிரஞ்சுக்காரர்களுக்கு ஆதரவாக இருந்தது. அப்போது நடைபெற்ற போரில் ஹைதர் அலி ஆங்கிலேயர்களுக்கு எதிரான அணியில் போராடினார்.

அந்தப் போர் அனுபவம்தான் ஹைதர் அலிக்கு தன்னம்பிக்கையை ஊட்டியது! ஐரோப்பியர்களின் ராணுவ நுட் பங்களையும், நவீன ஆயுதங்களைக் கையாளும் முறையையும் அறிந்துகொள்ள அந்த அனுபவங்கள் உதவியது.

இத்தருணத்தில் மைசூர் ஆட்சியில் நிலவிய உள் அரசியலை நினைவூட்டிக் கொள்ள வேண்டும். 1734ல் ஐந்து வயதில் குழந்தை மன்னராகப் பதவியேற்ற சிக்க கிருஷ்ணராஜாவை ஆட்டிப் படைக்கும் அமைச்சராக இருந்தவர் நஞ்சராஜர். இவரும் படைத்தளபதி தேவராஜும்தான், குழந்தை மன்னரின் தந்தையைக் கொன்றவர்கள் என்பது ஒரு கூடுதல் தகவலாகும்!

வசந்த் வெள்ளைத்துரை

அத்தகைய திறமை(!) வாய்ந்த அமைச்சர் நஞ்சுராஜர், ஹைதர் அலியின் திறமையை நம்பினார். மைசூர் ஆட்சியின் ஒரு பகுதியாக இருந்த திண்டுக்கல்லை நிர்வகிக்கும் பொறுப்பை ஹைதர் அலிக்கு வழங்கினார். தன் மீது வைத்த நம்பிக்கையை அவர் வீணாக்கவில்லை. ஐரோப்பிய ராணுவ நுட்பங்களைக் கண்டறியும் இராணுவ ஆய்வுக் கூடத்தை திண்டுக்கல்லில் உருவாக்கினார். மேலும் ஆங்கிலேப் படையை சமாளிக்கும் வகையில் பீரங்கி படையையும் அங்கு உருவாக்கினார்.

இன்னொருபுறம் ஆட்சிக்கு எதிராக மைசூர் படையில் அதிருப்தி உருவாகியது. சம்பள உயர்வு பிரச்சனையாக உருவெடுத்தது. கடைசியில் 1758ல் கலகமாக மாறியது. கலகத்தை அடக்கும் பொறுப்பு ஹைதர் அலியிடம் ஒப்படைக்கப்பட்டது. சாட்டையைச் சுழற்றி அனைவரையும் கட்டுக்குள் கொண்டு வந்தார். அதற்கு அடுத்த வருடம் மராட்டியப் படை மைசூரைத் தாக்கியது. வலுவான மராட்டியப் படையை வேறு யாரால் எதிர்கொள்ள முடியும்? இப்போதும் ஹைதர் அலிதான் தலைமையேற்று களமாடினார்.

அந்த வெற்றியைக் கொண்டாடும் வகையில் "தைரியம் கொண்ட வெற்றிச் சிங்கம்" என்ற பட்டத்தை மைசூர் அரசவை ஹைதருக்கு வழங்கி கௌரவித்தது.

எந்த ஒரு தலைவனும் தன்னைச் சுற்றியிருப்பவர்களின் குறைகளைக் கேட்டறிந்து, கோரிக்கைகளை நிறைவேற்றினால்தான் சிறந்த தலைவனாக உருவாக முடியும்.

மைசூர் படையில் சம்பள பாக்கியின் காரணமாகத்தான் முன்பு கலகம் ஏற்பட்டது. கலகம் அடக்கப்பட்டாலும், அதிருப்தி நீடித்தது.இது நல்லதல்லவே... என தீவிரமாக யோசித்த ஹைதர் அலி, தனது முயற்சியாலும், சொந்த பணத்தாலும் படையினரின் சம்பள பாக்கியை நிவர்த்தி செய்தார்.இதனால் மைசூர் படை வீரர்கள் ஹைதர் அலியைக் கொண்டாடினர். மன்னர் சிக்க கிருஷ்ணராஜரும் மகிழ்ச்சியடைந்தார்.

ஹைதர் அலியின் நிர்வாகத் திறனும், ஆளுமை பண்புகளும் அவரது புகழை உயர்த்தியது. இளம் வயது மன்னராக இருந்த கிருஷ்ணராஜா

'பொம்மை'யாக இருக்க, அவரை ஆட்டிப் படைத்த அமைச்சர்கள் தேவராஜம், நஞ்சராஜும் சொகுசு வாழ்க்கையில் திளைக்க ஹைதர் அலியோ மக்கள் மன்றத்தில் ஒரு "மஹாராஜா"வாக வளர்ந்துக் கொண்டிருந்தார்.

பகை எங்கிருந்தாலும் தேடி சென்று முறியடிக்கும் ஹைதர் அலி, அக்கம் பக்கத்து ஆட்சியாளர்களுக்கு பெரும் சவாலாக திகழ்ந்தார். மராட்டியத்தை சேர்ந்த கோபால்ராவ் என்ற மன்னர் மைசூர் சாம்ராஜ்யத்தின் மீது படையெடுத்தார் குமுறி எழுந்த ஹைதர் அலி, மராட்டிய படையை துவம்சம் செய்து, துரத்தியடித்தார். இது நடந்தது 1758ம் வருடம் என்றும் 1759ம் வருடம் என்றும் வரலாற்று பதிவுகள் கூறுகின்றன.

இவ்வெற்றியை போற்றும் வகையில் "பதே ஹைதர் பஹதூர்" (தைரியம் கொண்ட வெற்றிச் சிங்கம்) என்ற பட்டம் மைசூர் மன்னரால் வழங்கப்பட்டது. ஹைதர் அலியை அடக்குவதற்கு ஆங்கிலேய படையினர் ஒரு பொதுவான கூட்டணியை உருவாக்கினர். அதில் மராத்தியர்களும், ஹைதராபாத் நிஜாமும் இணைந்தனர்.அரசரானார் ஹைதர் அலி

இதையறிந்த ஹைதர் அலி புதுச்சேரியை தங்கள் கட்டுப்பாட்டில் வைத்திருந்த பிரெஞ்சுகாரர்களுடன் கூட்டணி கொண்டார். ஏராளமான பிரெஞ்சு வீரர்களை தனது படையில் சேர்த்துக் கொண்டு, அவர்களது போர் நுட்பங்களை இந்திய வீரர்களுக்கும் பகிர்ந்தளிக்க செய்தார். இதனிடையே ஹைதர் அலியை சுற்றிலும் பொறாமை தீ பற்றியது.

கல்லல் மருது சகோதரர்கள் மற்றும் வேலுநாச்சியார் வெள்ளச்சி சென்று அடைதல்..

வரலாறு மக்கள் பலரும் மறந்து விட்டனர்.. பக்கோடா என்றால் பலருக்கு என்ன என்று தெரியாது.. *தின்பண்டம் அல்ல*.. பக்கோடா என்றால் காசு..

வசந்த் வெள்ளைத்துரை

ஹைதர் அலிக்கும் சிவகங்கைக்கும் வேலுநாச்சியார்,குயிலி மற்றும் கல்லல் கோட்டை பற்றிய விபரங்கள் தெரிய இதற்கு முன் கூறியது எவ்வளவு முக்கியமோ இந்த பதிவு அதை விட முக்கியமான ஒன்று..

வேலுநாச்சியார் குறு நில இராணி அவரை எளிதாக அசைத்து பார்க்க முடியாது என்பதற்கு முக்கியமான சான்று..

சருகாணி என்று சிவகங்கை அருகே ஒரு ஊர் உள்ளது.. ஒட்டுமொத்த ஊரும் நவாப் எதிராக இருந்தது.. இங்கு அதிகமாக மக்கள் தேவாலயம் மற்றும் பள்ளிவாசல் செல்லும் கிறிஸ்தவர்கள் மற்றும் இஸ்லாமியர்கள்..

வேலுநாச்சியார் இராணி மீண்டும் வந்தார் என்றும் அவரே அரசி என்றனர்.. மருதுசகோதர்கள் கல்லல் கோட்டை சென்றடைந்தனர்.. வேலுநாச்சியார் வெள்ளச்சி குயிலியும் கல்லல் கோட்டை சென்றனர்..

எலும்பில்லா நாக்கு என்ன வேண்டும் என்றாலும் பேசும்.. இராணி வரவை அறிந்த நவாப் இராணி யின் உறவினர்கள் வைத்தே நவாப்புடன் சேர வற்புறுத்தினர்.. பக்கோடாகளால் விலைக்கு வாங்கப்பட்டவர்கள் அவர்கள் நவாப்புக்கு விஸ்வாசம் காட்டினர்..

ஒரு படி மேலே சென்று வேலுநாச்சியாரை தவறாகவும் பேச துவங்கினர்.. மிகுந்த மனவேதனை அடைந்த இருந்த வேலுநாச்சியாரிடம் சின்னமருது.. இது ஆபத்தாக தெரிகிறது.. வெள்ளச்சி குயிலியிடம் இருக்கட்டும் என்றார்..

குயிலியும் வெள்ளச்சி இருப்பதை வேலுநாச்சியார் என்று நவாப் விலைக்கு வாங்கிய கூட்டம் சரமாரியாக தாக்க குயிலியால் வெள்ளச்சி மற்றும் தன் உயிரை மட்டுமே காப்பாற்றி கொள்ள முடிந்தது.. உடலில் பல இடங்களில் வெட்டு காயத்தோடு இருந்த குயிலியை மற்றும் குழந்தை வெள்ளச்சியை சிருகாணி ஊருக்கு மருது சகோதரர்களுடன் இருந்த புரட்சிபடை உடன் கொண்டு

செல்லவும் மருத்துவ சிகிச்சை அளிக்கவும் ஆணை பிறப்பித்தார் வேலுநாச்சியார்...

உடையாள் என்ற ஒற்றை படை உடன் காளையார்கோவில் நோக்கி புறப்பட்டார்.. நடுகல் ஒன்றுடன் உடையாள் படை காளையார் கோவில் சென்றதை அறிந்த நவாப் படைகள் அனுப்பி தடுக்க முயற்சித்தும் பலனில்லை.. 47 வயது பெண் இராணி வீரத்தை அன்றைய தினம் மறவர் பூமி கண்டு ரசித்தது..

ஒரு நடுக்கல்லை கொல்லங்குடியில் உடையாள் வெட்டப்பட்ட இடத்திலேயே உடையாள் புரட்சி படையினர் நட்டனர்.. நடுகல்லின் அருகே தன் கழுத்தில் தொங்கிய வைர தாலியை சமர்ப்பித்தார்..

அரண்மனை   வயல்   என்ற   ஊர்   நடுகல்   எடுத்து   வந்த வேலுநாச்சியாரால் கல்லல் என்று மாறியது..

தன் கணவருக்கு நிகரானாவள் உடையாள் என்பதை ஊர் மக்களுக்கு தெரிவித்த வேலுநாச்சியார்.. விலை போன சொந்தங்கள் மூக்குடைத்த இடமும் இந்த இடமே கொல்லங்குடி தான்..

உசேன்பூர்/உசேன் நகர் என மாறிய மறவர் நாட்டில் கிழக்கிந்திய கம்பெனி பக்கோடா காசுகள் தன் வாளால் இரண்டாக உடைத்தார்.. பின்னர் வந்த உடையாள் படை இவ்வாறு உடைக்க.. இந்தியாவில் நாணயங்கள் மாறினாலும் இன்று வரை நாணயங்கள் வெட்டி வீசப்பட்டு வருகிறது..

வசந்த் வெள்ளைத்துரை

1777லே   ஹைதர்   அலி   மைசூர்   பேரரசு   செவ   வேங்கை   என

East India Company Pagoda

Hyderali Pagoda

வேலுநாச்சியாரை   பாராட்டி   மறவர்   சீமை   இராணியாக   ஏற்று
கொண்டது..

உசேன் நகர் என்னும் செவவேங்கை கோட்டை யாருக்கு.. இதனை
சுற்றி வளைத்த புரட்சி படை.. வேலுநாச்சியார் சிருகாணி   ஊருக்கு
உடையாள் படையுடன் திரும்பினார்..

ஒரு உறை இரு வாள்.. *நவாப்பா இல்ல வேலுநாச்சியாரா*

வசந்த் வெள்ளைத்துரை

ஒரு உறை இரு வாள்.. *நவாப்பா இல்ல வேலுநாச்சியாரா* என மாறியது..

சருகாணி கிராமத்தில் மக்கள் தேவை என்ன என கேட்க மக்கள் கேட்டது மசூதி மற்றும் தேவாலயங்கள்.. அதனை வேலுநாச்சியார் புரட்சி படையினரே கட்டினர்.. காடு மத்தியில் இருந்த கோட்டைகள் அனைத்தும் பாசறையாக மாறியது..

நவாப்பு இராணி மற்றும் புரட்சி படையினரை கொன்றால் பக்கோடாகள் பரிசாக வழங்கினான்..

வேலு நாச்சியார் மக்கள் பிரச்சினை சரி செய்து வருபவர்களுக்கு பக்கோடாக்கள் பரிசாக வழங்கப்பட்டது..

மிக பெரிய அளவில் மக்கள் மனதில் இடம் பிடித்தார் வேலுநாச்சியார்.. மானாமதுரையில் மக்கள் படையாக உடையாள் படைக்கு இணையாக திரட்டி வைத்திருந்தார்..

குயிலி குணமடைந்தாள்.. நவாப்புக்கு புரட்சி படையினர் கல்லல் கோட்டை சென்ற 1777,1778,1779 காரணத்தால் புரட்சி படை ஊருக்குள் ஊடுருவல் சிவகங்கை கோட்டை உள்ளே உள்ள ராஜராஜேஸ்வரிக்கு நவராத்திரி பூஜை விழா நடத்த தடை விதிக்கபட்டது..

1780 பல விதிமுறைகள் இட்டு ராஜராஜேஸ்வரி அம்மனுக்கு நவராத்திரி விழா நடத்துவது பற்றி ஊர் மக்களுக்கு அறிவிப்பு செய்தான் நவாப்..

1780ல் செப் 30 புழுதி பறக்க மருது சகோதரர்கள் படைகள் வர.. உடையாள் படை கோட்டையில் அனைத்தும் அடித்து நொறுக்கி வைத்து இருந்தது..

ஹைதர் அலி படையில் திப்புசுல்தான் மற்றும் வேலுநாச்சியார் வெள்ளச்சியுடன் கோட்டையை வந்து அடைந்தனர்..

நவாப் மற்றும் படையினர் உடையாள் புரட்சி படை உள்ளே வந்ததுமே தொண்டை மண்டலம் நோக்கி சென்று தஞ்சம் அடைந்தனர்..

வேலுநாச்சியார் கண்கள் ஒரே ஒருவரை மட்டுமே தேடியது.. குயிலி எங்கே என..

புயலில் கணவனை இழந்து.. பெற்ற குழந்தை ஆங்கிலேயர்கள் கொன்று.. உடையாள் என்னும் பெரும் படை உருவாக்க முன் நின்றவள்.. 33 வயது நிரம்பிய குயிலி வேலுநாச்சியார் பெற்ற மகளை போல பார்த்து வந்தார்.. காணவில்லை இன்று மருது சகோதரர்களிடம் *குயிலி எங்கே என கேட்க*

பெரிய மருது வேலுநாச்சியாரிடம் *முத்துபட்டி முற்றத்திலே..*

மக செத்து போயி தெய்வமானா

கோட்டையில் இருந்த மொத்த படையும் வேலுநாச்சியார் உடன் வந்த போது முத்துபட்டி பற்றி எரிந்து *வெந்து தணிந்தது காடு*

நவாப் மிக பெரிய அளவில் திட்டம் ஒன்றை கையில் வைத்துக் கொண்டு ராஜராஜேஸ்வரி அம்மன் கோயில் நவராத்திரி விழா சிவகங்கை கோட்டை உள்ளே ஆலயத்திற்கு மக்கள் வழிபட அனுமதி அளித்தான்..

வசந்த் வெள்ளைத்துரை

1780 செப்டம்பர் 29 30 மற்றும் 1அக்டோபர் மூன்று நாட்கள் மட்டுமே நவராத்திரி பூஜை விழா நடத்த வேண்டும்..

மூன்று நாட்கள் பெண்கள் மட்டுமே அனுமதி.. வழக்கத்திற்கு மாறாக சோதனை செய்த பின்னரே அனுமதிக்க படுவர்..

1777 கல்லல் கோட்டை மருது சகோதரர்கள் மற்றும் வேலுநாச்சியார் சென்றதில் இருந்து புரட்சி படை ஊடுருவல் ஊரையும் கோட்டை சுற்றி உள்ளதை அறிந்த நவாப்.. காடு மத்தியில் இருந்த அனைத்து கோட்டையில் வேலுநாச்சியார் புரட்சி படை வைத்திருக்கும் அனைத்து ஆயுதங்கள் நவாப் படைகள் பறிமுதல் செய்து வந்தது..

சிவகங்கையில் இருந்து காளையார் கோவில் செல்லும் வழி அடைக்கப்பட்டு அங்கு படை வீரர்கள் இருப்பார்கள்..

அதே போல் மானாமதுரை சாலை நுழைவு வாயில் மற்றும் மேலூர் சாலை நுழைவு வாயில் சோதனை சாவடி அமைக்கப்பட்டது..

கோட்டையில் இருந்து மதுரை செல்லும் சாலையில் பணையூரில் சோதனை சாவடி அமைக்கப்பட்டது கோட்டையில் இருந்து மதுரை சாலையில்   மிக பெரிய அளவில் அங்கு பத்து அடிக்கு ஒரு காவலர்கள்..

மல்லரிராயன் கோச்சடை ஊரின் வைகை ஆற்றின் கரையை தாண்டி பரவை ஊரை தாக்க வேண்டும்.. அங்கு இருந்து வரும் புரட்சி படை ஆயுதங்கள் நிறுத்தப்பட வேண்டும்.. பரவல் பறவை என்னும் மருது சகோதரர்கள் திட்டத்தை உடைத்தாலே பாதி வெற்றி..

திருப்புவனத்தில் மல்லரிராயன் தம்பி ரங்கராயன் கட்டுப்பாட்டில் பெரும் படை.. பீரங்கி உட்பட நிறுத்த வேண்டும்..

வசந்த் வெள்ளைத்துரை

மானாமதுரை மார்ட்டின்ஸ் பிரைட்டன் கட்டுபாட்டில் உடையாள் படை மற்றும் சருகாணி மக்கள் சுட்டு கொல்ல பட வேண்டும்...

பூரிக்கான் மேலூரில் பெரும்படை கொண்டு தாக்க வேண்டும்..

வேலுநாச்சியார் படை   30 தேதிக்குள் தாக்குதல் கோட்டை நோக்கி தாக்குதல் நடத்தாவிட்டால்..

நவாப் படை வீரர்களான இவர்கள் தாக்க வேண்டிய நாள் அக்டோபர் 1 தேதி காலையில் தான் குறித்து கொடுத்தது..

ஒரு வேளை அதற்கு முன் படைகளோடு உள்ளே வந்தால் அந்தந்த சோதனை சாவடி முன்பு படை தடுத்து நிறுத்தபட்டு எதிர் தாக்குதல் நடத்த வேண்டும்...

சின்னமருது திட்டம்

1780   அறியகுறிச்சி கோட்டை படமாத்தூர் கோட்டை மற்றும் மானாமதுரை கோட்டை திருப்பாசேத்தி கிராமத்தில் இருந்து ஆயுத கிடங்கு அனைத்தும் நவாப் படைகள் கைப்பற்றின...

இதனால் சின்னமருது சிங்கம்புனாரி என்னும் கிராமத்தில் ஆயுதங்கள் செய்து அவைகள் பிரான்மலை முழுவதும் பதுக்கினர்..

உடையாள் பெண்கள் படையை 8 அடுக்கு அதில் 4 மடங்கு என்பதால்.. (8x8x8=4096) குயிலியை தலைமை ஏற்று படை மூன்றாக பிரித்தார்.. இந்த உடையாள் படை தான் சிவகங்கை கோட்டை உள்ளே செல்ல மும்முனை தாக்குதல் செய்ய காரணம் எனலாம்..

வசந்த் வெள்ளைத்துரை

4096 பேர் கொண்ட உடையாள் படை *குயிலியை* தலைமை ஏற்று 1365 பெண்கள் பரவையில் இருந்து செல்ல வேண்டும்..

அதே வேளையில் ஹைதர் அலி படை பின்னால் வர 1365 பெண்கள் மேலூர் சாலை வழியாக கோட்டையை தாக்க வேண்டும்..

மானாமதுரையில் இருந்து 1365 பெண்கள் மற்றும் மக்கள் புரட்சி படை உடன் சிவகங்கை கோட்டையை தாக்க வேண்டும்..

பரவையில் இருந்து உடையாள் படை உள்ளே சென்றதும் வேலுநாச்சியார் வெள்ளச்சி மேலூர் வழியாக சிவகங்கை கோட்டை அடைய வேண்டும்..

பெரிய மருது பூவந்தி சென்று கோட்டை செல்லும் முன் படமாத்தூரில் மாறி மானாமதுரை சென்று அதன் வழியாக உடையாள் படை சிவகங்கை கோட்டை நெருங்கும் முன் வந்தடைய வேண்டும்..

சின்னமருது படை திருப்புவனம் வழியாக படமாத்தூரில் மாறி பனையூர் வழியாக வர வேண்டும்..

சின்ன மருது, பெரிய மருது படை மாறி செல்லும் வழியே சித்தாலக்குடி என்னும் ஊர் படமாத்தூர் என்று பெயர் வர காரணம்..

இவைகள் கை ஓலைகள் மூலம் மாற்றம் இருப்பின் முன்பே தெரிவிக்கப்படும்..

தாக்குதல் நாள் காலையில் தொடங்கி மதியம் உச்சி வெயில் முன்னரே கோட்டையை அடைய வேண்டும்.. தாக்குதல் நாள்

அக்டோபர் 1 தேதி என நவாப் குறித்த அதே நாள் சின்னமருது குறித்தார்..

செப்டம்பர் 29தேதி வழக்கம் போல நவாப் நவராத்திரி பூஜை விழாவை நிறுத்தினார்... இந்த வருடமும் சிவகங்கை கோட்டை உள்ளே உள்ள ராஜராஜேஸ்வரி அம்மனுக்கு எந்த வித விழாவும் இல்லை என்றான்..

30ம் தேதி காலையே நவாப் படைகள் தாக்குதல் நடத்த பரவையை கோச்சடையில் இருந்து மல்லரிராயன் படைகள் தாக்க தொடங்கியது..

மும்முனை தாக்குதல்... உடையாள் படை பலம்.. *குயிலி செவ வேங்கை யாக*

1780 அறியகுறிச்சி கோட்டை படமாத்தூர் கோட்டை மற்றும் மானாமதுரை கோட்டை திருப்பாசேத்தி கிராமத்தில் இருந்து ஆயுத கிடங்கு அனைத்தும் நவாப் படைகள் கைப்பற்றின...

இதனால் சின்னமருது சிங்கம்புனாரி என்னும் கிராமத்தில் ஆயுதங்கள் செய்து அவைகள் பிரான்மலை முழுவதும் பதுக்கினர்..

உடையாள் பெண்கள் படையை 8 அடுக்கு அதில் 4 மடங்கு என்பதால்.. (8x8x8x8=4096) குயிலியை தலைமை ஏற்று படை மூன்றாக பிரித்தார்.. இந்த உடையாள் படை தான் சிவகங்கை கோட்டை உள்ளே செல்ல மும்முனை தாக்குதல் செய்ய காரணம் எனலாம்..

4096 பேர் கொண்ட உடையாள் படை *குயிலியை* தலைமை ஏற்று 1365 பெண்கள் பரவையில் இருந்து செல்ல வேண்டும்..

வசந்த் வெள்ளைத்துரை

அதே வேளையில் ஹைதர் அலி படை பின்னால் வர 1365 பெண்கள் மேலூர் சாலை வழியாக கோட்டையை தாக்க வேண்டும்..

மானாமதுரையில் இருந்து 1365 பெண்கள் மற்றும் மக்கள் புரட்சி படை உடன் சிவகங்கை கோட்டையை தாக்க வேண்டும்..

பரவையில் இருந்து உடையாள் படை உள்ளே சென்றதும் வேலுநாச்சியார் வெள்ளச்சி மேலூர் வழியாக சிவகங்கை கோட்டை அடைய வேண்டும்..

பெரிய மருது பூவந்தி சென்று கோட்டை செல்லும் முன் படமாத்தூரில் மாறி மானாமதுரை சென்று அதன் வழியாக உடையாள் படை சிவகங்கை கோட்டை நெருங்கும் முன் வந்தடைய வேண்டும்..

சின்னமருது படை திருப்புவனம் வழியாக படமாத்தூரில் மாறி பனையூர் வழியாக வர வேண்டும்..

சின்ன மருது, பெரிய மருது படை மாறி செல்லும் வழியே சித்தாலக்குடி என்னும் ஊர் படமாத்தூர் என்று பெயர் வர காரணம்..

இவைகள் கை ஓலைகள் மூலம் மாற்றம் இருப்பின் முன்பே தெரிவிக்கப்படும்..

தாக்குதல் நாள் காலையில் தொடங்கி மதியம் உச்சி வெயில் முன்னரே கோட்டையை அடைய வேண்டும்.. தாக்குதல் நாள் அக்டோபர் 1 தேதி என நவாப் குறித்த அதே நாள் சின்னமருது குறித்தார்..

வசந்த் வெள்ளைத்துரை

செப்டம்பர் 29தேதி வழக்கம் போல நவாப் நவராத்திரி பூஜை விழாவை நிறுத்தினார்... இந்த வருடமும் சிவகங்கை கோட்டை உள்ளே உள்ள ராஜராஜேஸ்வரி அம்மனுக்கு எந்த வித விழாவும் இல்லை என்றான்..

30ம் தேதி காலையே நவாப் படைகள் தாக்குதல் நடத்த பரவையை கோச்சடையில் இருந்து மல்லரிராயன் படைகள் தாக்க தொடங்கியது..

மும்முனை தாக்குதல்... உடையாள் படை பலம்.. *குயிலி செவ வேங்கை யாக*

செப் 30 பரவையில் மல்லரிராயன் படைகள் தாக்க ஒரு மணி நேரம் கோச்சடை வரை தொடர்ந்தது.. மல்லரிராயன் குத்தி கொலை செய்யப்பட்டார்..

பாதுகாப்பு பலப்படுத்தி உடையாள் படையில் 1365 வீரர்கள் ஏற்கனவே ஹைதர் அலி படையுடன் மேலூரில் இருந்து வர தொடங்க வேண்டும்.. அவ்வழியே வேலுநாச்சியார் மற்றும் வெள்ளச்சி வந்து சேர குயிலியின் பனையூர் நோக்கி செல்லும் படையை மீண்டும் மூன்றாக பிரித்தார்..

 அவர்களின் 455 பேர் வேலுநாச்சியாருடன் சென்று மேலூர் வழியாக சிவகங்கை கோட்டை அடைய வேண்டும்.. ஹைதர் அலி படைகள் வந்த பிறகு இடை மேலூரில் ஹைதர் அலி படைகள் வருவதற்கு முன்பே வந்து பனையூரில் வழியாக வரும் குயிலி படையுடன் சேர வேண்டும் ஆணையிட்டார்.

1365 உடையாள் படை திருப்புவணம் வழியாக சிவகங்கை நோக்கி செல்ல வேண்டிய சின்னமருது அதற்கு முன் மணலூரில் ரங்கராயன் படைகளுடன் நடந்த மோதலில் சின்ன மருது பூவந்தி நோக்கியும் பெரிய மருது திருப்புவனம் நோக்கி சென்றார்.. குயிலியுடன் 455 பேர் கொண்ட உடையாள் படை மட்டுமே பனையூர் நோக்கி சென்றிருந்தனர்..

வசந்த் வெள்ளைத்துரை

மானாமதுரை உடையாள் படை 1365 பேர் கூடுதல் 455 பேர்.. 1820 பேர் மற்றும் பெரும் மக்கள் புரட்சி படை சிவகங்கை நோக்கி வந்தது..

இதற்கிடையில் பனையூர் நோக்கி வந்து கொண்டு இருந்த சின்ன மருது படைகள் மற்றும் மானாமதுரை நோக்கி சென்று கொண்டு இருந்த பெரிய மருது படைகள் படமாத்தூரில் படை மாறி வர.. பனையூர் நோக்கி பெரிய மருதும்.. மானாமதுரை வந்தடைந்து உடையாள் படை, மக்கள் புரட்சி படை என சின்ன மருது படையும் சிவகங்கை நோக்கி வந்தது..

இடைய மேலூரில் பூரிக்கான் ஹைதர் அலி படைகள் சண்டை மோதலில் உடையாள் படை பனையூர் சாலை வந்தடைய தெற்கு நோக்கி வந்து கொண்டு இருந்தது..

மானாமதுரையில் சின்ன மருது படைகள் மார்டின்ஸ்,பிரைட்டன் படையுடன் மோதியதால் உடையாள் படை பனையூர் வந்தடைய வடக்கு நோக்கி வந்து கொண்டு இருந்தது..

பனையூர் சோதனை சாவடி அடித்து நொறுக்கி நவாப் படைகள் துரத்தியதாக நினைத்த குயிலிக்கு கை ஓலை இரண்டு வந்தது.. இடைய மேலூர் வழியாக பனையூர் சாலையை அடைய உடையாள் படை வடக்கில் இருந்தும் வருவதையும் மற்றும் தெற்கில் இருந்து வருவதையும் அறிவுறுத்தப்பட்டது..

பனையூரில் இருந்து சிவகங்கை கோட்டை வெறும் 8கிமீ.. இதில் வைத்து இருந்தான் நவாப் சூழ்ச்சியை.. படைகள் முத்துப்பட்டியில் சுற்றி வளைத்து கைப்பற்றப்பட்ட புரட்சி படை ஆயுதங்கள் வெடி பொருட்கள் வெடிக்க வைத்து.. வேலுநாச்சியார் படைகளை அழிக்க வேண்டும் என்ற திட்டம் தான்..

பனையூர் மற்றும் சிவகங்கை கோட்டை 4கிமீ மத்தியில் முத்துபட்டி.. இந்த ஊரை காலி செய்து புரட்சி படை காடு மத்தியில் கோட்டையில் பதுங்கிய ஆயுத கிடங்கு இருந்த கைப்பற்றப்பட்ட அனைத்து ஆயுதங்கள் நிரப்பி வைத்த மாடு இல்லா மாட்டு வண்டியில் வைக்கோல் மூடி வரிசை கட்டி நின்றது..

குயிலி உடையாள் படை முத்துபட்டியை அடைந்த அடுத்த கனமே அறிந்து கொண்டனர்..

குயிலி தன்னுடன் உள்ள படைகளை பனையூர் நோக்கி திரும்பி ஓட கட்டளையிட்டார்.. வீரர்களே உங்களுக்கு இன்னும் 15 நிமிடங்கள்.. உங்கள் கால்கள் எவ்வளவு வேகமாக ஓடுமோ ஓடி சென்று பனை மரத்தில் ஏறுங்கள்.. பனை மர உச்சியில் தீ வையுங்கள்..

படை திரும்பி போக சொன்ன இடத்தை விட்டு ஒரு பெண் மட்டும் ஓடவில்லை..

அவள் ஒரு வீட்டுக்குள் சென்று உடல் முழுவதும் எண்ணெய் ஊற்றிய படி கையில் தீப்பந்தம் ஏந்தி பனையூர் நோக்கி பார்த்தபடி நின்றாள்..

நவாப் படை வீரர்கள் தீப்பந்ததோடு நிற்கும் குயிலியை சுட குறி வைத்தனர்.. சூரிய அஸ்தமனம் மத்தியில் பனை மரங்கள் பற்றி எரிந்தன..

செய்தி அறிந்து படைகளை நிறுத்தி தூரத்தில் ஒரு குதிரை வேகமாக வந்தது அதில் வந்தது பெரிய மருது.. தன்னை சுடுவதை அறிந்து குயிலி தன் உடலுக்கு தானே தீமூட்டி அருகில் நிறுத்தப்பட்ட மாட்டு வண்டியில் குதிக்க முதல் சத்தம் புகையுடன் கேட்டது.. அதன் பிறகு நிற்காமல் கேட்டு கொண்டே இருந்தது.. முத்துபட்டியில்..

வசந்த் வெள்ளைத்துரை

பெரிய மருது படை வளரியை தூரத்தில் இருந்த நவாப் படை கண்காணிப்பு கோபுரம் மேல் சரமாரியாக வளரி வீச உடையாள் படை தெற்கு வடக்கு புறமாக முத்துபட்டி ஊரை சுற்றி சென்று கோட்டை நோக்கி தாக்குதல் நடத்தினர்..

கையில் கிடைத்தது எல்லாம் உடையாள் படை ஆயுதங்களாக பயன்படுத்தினர்.. நவாப் படைகள் நவாப்புடன் கிழக்கு வழியாக தொண்டை மண்டலம் நோக்கி சென்று தஞ்சம் அடைந்தனர்..

உடையாள் படை கோட்டை வாயிலை அடைந்த அதே வேளையில் சின்ன மருது மற்றும் பெரிய மருது சகோதரர்கள் படைகள் கோட்டைக்குள் வந்தனர்..

சிறிது நேரத்தில் புழுதி பறக்க பெரும் ஹைதர் அலி படைகள் உடன் வேலுநாச்சியார் வந்தார்.. குயிலி என்ற ஒருவரை தேடினார்.. பெரிய மருது *முத்துபட்டி முற்றத்திலே*
மக செத்து போயி தெய்வமானா

என்றார்...

இந்த பதிப்பில் எழுதப்படும் எழுத்துக்கள் கண்டிப்பாக ஆயிரம் கேள்விகள் எழுப்பும்.. ஆயிரம் விடைகளைக் கொடுக்கும்..

நம் மண்ணின் வரலாறு என்பது மிக நீண்டது.. இதற்கு ஒரு 2500 முதல் 2000 ஆண்டுகள் தரவுகளோடு ஒரு விடயம் கண்டுபிடிக்கப்பட்டால் நிச்சயம் தமிழின் தொன்மை உலகறியச் செய்யும் என்ற நம்பிக்கையோடு துவங்குகிறேன்..

திரு.ஒரிசா பாலு அவர்களாலும் மற்றும் திரு.நா.கண்ணன் அவர்களாலும் செம்பவளம் என்ற ஒரு பெண்.. கொரியா வரை சென்று அங்கு கிம் சுரோ என்னும் மன்னனை மணந்து.. அந்நாட்டு மக்களால் போற்றப்படும் கடவுளாக மாறினார் என்பது நிச்சயம் ஒவ்வொரு தமிழ் மக்களாலும் பேசப்பட வேண்டிய ஒன்று.

தமிழ் மக்கள் பேச மறந்ததினால் செம்பவளமும் இன்று வடக்கில் சூரிய ரத்னாவாக சித்தரிக்கப்பட்டு.. சூர்யரத்னாவுக்கு மணிமண்டபம் கட்டி தற்சமயம் அயோத்தியின் சீதையாக சரயூ நதிக்கரையில் விட்டிருக்கிறார்..

யார் இந்த செம்பவளம் / சூர்யரத்னா?
இந்திய நிலப்பரப்பில் செம்பவளம் மற்றும் சூரிய ரத்னா இருவரும் ஒருவரே.. அவர் தான் Heo Hwang ok (**chembavalam - செம்பவளம்**) கொரிய நாட்டின் கிம் சுரோவை மணந்த ராணி.. ஆயிரத்தில் ஒருவன் படத்தில் பார்த்திபன் அவர்கள் பேசும் ஒரு வசனம் நினைவுக்கு வருகிறது..

தூதுவன் வருவன்..
வதைக்க படுவன்..
மாரி பெய்யும்..

இதில் எதுவுமே நடக்க வில்லையே என் மூதாதையர் தீட்டிய ஓவியம் பொய்யோ என்று குறிப்பிடுவார்...

அதே நிலைதான் இன்றைய சூரிய ரத்னாவுக்கும்.. சூரிய ரத்னா தான் Heo Hwang ok என்று கூறியவர்கள்.. கொரியா வரை சென்ற.. யார் அந்த சூரிய ரத்னா என்று கூட இன்றுவரை தேடவில்லை...
சூரிய ரத்னா என்று பெயரிடப்பட்டு பிபிசியில் நாளிதழில் நவ.04.2018 ல் அவர்கள் பதிந்துள்ளதை வார்த்தை மாறாமல் அதன் லிங்கை இங்கேயே கொடுத்து விடுகிறேன்..

https://www.bbc.com/news/amp/world-asia-india-46055285

2018 ஆண்டு ஜூலை மாதம், தென் கொரிய ஜனாதிபதி மூன் ஜே-இன் கொரியா-இந்தியா வர்த்தக மன்றத்திற்காக இந்தியாவுக்கு வருகை தந்தபோது இரு நாடுகளும் பகிர்ந்து கொள்ளும் ஆழமான மற்றும் பண்டைய உறவைத் தொட்டது.

கொரியாவுக்குச் சென்று கொரியா கயா இராச்சியத்தின் (சில்லா) மன்னரை மணந்த இந்திய இளவரசி ஹியோ இளவரசி கதையை அவர் விவரித்தார்.
அவர் தனது உரையில், "இந்தியாவும் கொரியாவும் பரிமாற்றங்களின் நீண்ட வரலாற்றைக் கொண்டுள்ளன, கடினமான காலங்களில் ஒருவருக்கொருவர் உதவி செய்யும் நண்பர்களாக இருந்தன. இந்தியாவின் ஆயுடா இராச்சியத்தைச் சேர்ந்த இந்திய இளவரசி ஹியோ ஹ்வாங்-ஓகே (கொரிய பெயர்) சுமார் 2,000 ஆண்டுகளுக்கு முன்பு கொரியாவுக்கு வந்து பின்னர் கொரியாவின் பண்டைய கயா இராச்சியத்தின் ராணியாக ஆனார்.

"ஹியோ ஹவாங்-ஓகே ஒரு ராணி என்பது மூன்று ராஜ்யங்களின் சாமுக் யூசா அல்லது மெமோராபிலியாவில் முதன்முதலில் குறிப்பிடப்பட்டதாகக் கூறப்படுகிறது , இது புராணக்கதைகள், கதைகள் மற்றும் வரலாற்றுக் கணக்குகள் நிறைந்த ஒரு பழங்கால புத்தகம், இது கொரியாவின் 3 ராஜ்யங்களை சுழற்றி உள்ளடக்கியது, அதாவது பேக்ஜே, கோகுரியோ மற்றும் சில்லா.

புத்தகம் மற்றும் வரலாற்றாசிரியர்கள் கூறியது போல், இளவரசி ஹியோ, கிமு 48 ஆம் ஆண்டில் கியும்க்வான் கயாவின் மன்னர் சூரோவின் மனைவியாக இருந்தார், அவர் ஆயுதா இராச்சியத்திலிருந்து கொரியாவுக்கு ஒரு படகில் பயணம் செய்தபோது.

ஜம்க்வான் கயா இராச்சியத்தின் முதல் ராணியாக இளவரசி ஹியோ அல்லது சூரிரத்னா இருந்தார்,
தற்போது, ஏராளமான கொரியர்கள், சுமார் 6 மில்லியன் பேர் இந்த புகழ்பெற்ற இளவரசியின் சந்ததியினர் என்று கூறப்படுகிறது.
        அயோத்தியில் இருந்து சென்ற சூரிய ரத்னா அவர்களைப்பற்றி கண்டோம் அதேவேளையில் திரு ஒரிசா பாலு மற்றும் நா. கண்ணன் அவர்களின் செம்பவளம் அவர்களைப் பற்றியும் நாம் காண்போம்..

சூர்யரத்னாவுக்கும் மற்றும் செம்பவளத்திற்கும் இந்திய நிலப்பரப்பு ஒன்றே என்று இதில் என்ன என்று கடந்து சென்று விட முடியாது..

காரணம் நம் மொழி நம் பண்பாடு சிதைக்கப்பட்டு வரலாற்றில் மறைக்கப்பட்ட உண்மைகள் பல உள்ளன அதனை **மீட்டெடுக்க வேண்டிய கடமை ஒவ்வொரு தமிழனுக்கும் உண்டு**..

யார் இந்த செம்பவளம்?

Heo Hwang ok என்னும் கொரிய அரசி தான் சூரிய ரத்னா என்று கூறியவர்கள் மத்தியில்.. உரக்க குரல் கொடுத்தது **இவர் தமிழகத்தைச் சேர்ந்த செம்பவளம்** என்றார் திரு.ஒரிசா பாலு அவர்கள்..
அதற்கு அவர் எடுத்து வைத்த கேள்வி அயோத்தியில் கடல் எங்கு உள்ளது அவர் எங்கிருந்து புறப்பட்டார்..

வழக்கம்போல சூரிய ரத்னா புறப்பட்ட இடத்தை கூறிய நம் வட நாட்டு பங்காளிகள்.. அயோத்திக்கு பின்புறம் இருக்கும் இமயமலையின் கொல்லைப்புறம் வழியாக சீனா சென்று அங்கே ஏதோ ஒரு கடல் மூலையில் ஒரு படகு பிடித்து கயா சென்றடைந்தார் என்று விளக்கம் கொடுத்து உள்ளனர்..

அவ்வாறு சென்றிருந்தால்.. இன்னும் நான்கு எட்டு சேர்த்து அடி வைத்திருந்தால் சூரிய ரத்னா கடல்வழியாக சென்றடைவதற்கு பதிலா நடை பயணமாகவே கயா சென்றடைந்திருக்கலாம்..

திரு ஒரிசா பாலு அவர்கள் செம்பவளம் புறப்பட்ட இடத்தை அடிக்கோடிட்டு நிரூபித்தார்.. அது இன்றைய கன்னியாகுமரி..

கிபி 46 நூற்றாண்டு காலத்தில் கன்னியாகுமரி என்னும் இடம் நிலப்பரப்பு ஆய்நாட்டுக்கு சொந்தமானது என்றும் அது பாண்டியனின் தலைமையின்கீழ் ஆட்சி செய்யப்பட்ட நிலப்பரப்பு என்றும் ஆய்நாட்டை கரைஆயி நாடு என்று குறித்துள்ளதை.. வெளிச்சத்திற்கு கொண்டுவந்தார்..

தமிழகத்தின் பொதிகை மலை பகுதியின் சுற்றுவட்டாரத்தில் உள்ள ஆயித்துறை என்ற துறைமுகம்தான் அயுதா என அழைக்கப்பட்டுள்ளது. இதனை தமிழக ஆய்வாளர்கள் உறுதிப்படுத்தியுள்ளனர்..

2000 ஆண்டுகளை உருட்டி அயோத்தி என்பது நாடு அல்ல அயோத்தி என்பது கோசல நாட்டின் தலைநகர் பெயரினை குறித்தது... உண்மையில் இரண்டாயிரம் ஆண்டுகளுக்கு முன் அயோத்தியை சகேதா என்று குறித்து உள்ளதையும் கூறினார்...
திரு.நா. கண்ணன் அவர்கள் செம்பவளத்தை பற்றிய முழு ஆய்வு எந்த அளவிற்கு செய்துள்ளார் என்பதை அவரின் 45 நிமிடம் கூறும் காணொளிகள் பார்த்தாலே தெரிந்து கொள்ளலாம்..

செம்பவளம் என்று கொரிய அரசிக்கு பெயர் கொடுத்தவரும் இவரே.. **இந்த ஆய்வுக்கு இவர் புராண காலத்திற்கே சென்று விட்டார் என்று தான் கூற வேண்டும்..**
தமிழ் மக்கள் நிலப்பரப்புக்கும் கொரியாவின் நிலப்பரப்புக்கும் கொரிய அரசியாக இருந்த செம்பவளதிற்கு முன்பே இருந்த தொடர்புகளை அருமையாக விளக்கமளித்துள்ளார்..

இவர் ஆய்வுக்கு எடுத்துக் கொண்டது கொரிய மக்களினை தான் கொரியாவை ஆண்ட அரசி எவ்வாறு மேற்கு திசையிலிருந்து வந்தார் என்று கொரிய மக்கள் கூறுகின்றனர்.. ? என்பதுதான் அவரின் முதல் கேள்வி..

அதற்கு கொரிய மக்களிடம் இருந்து அவருக்கு கிடைத்த பதில்கள் பின்வருமாறு..
இந்தியாவை 200 ஆண்டுகள் ஆண்ட பிரிட்டனும் அமெரிக்க ஐரோப்பிய நாடுகளும் இந்தியாவில் புதிய பொருளாதாரக் கொள்கை தன்னை நம்பாமல் இருந்தபொழுது கொரியா மட்டும் எப்படி நம்பியது.. இதை அறிந்து கொள்ளத்தான் நாம் தமிழ் கொரியா தொடர்புகள் பற்றி அறிய வேண்டி வருகிறது..

கொரியா இந்திய பாரம்பரியத்தில் கடந்த 40 ஆண்டுகளாக ஆய்வு செய்து வரும் பேராசிரியருக்கும் கிம் பியோங்மோ (Kim beyongmo) ஒரு சூட்சுமமான உளவியல் இதற்கு காரணம் என்கிறார்..

உதாரணமாக தென்பாண்டி நாட்டில் முத்துக் குளிக்கும் போது படகின் மேலே கயிறைப் பிடித்துக் கொள்ள மச்சினனை வைப்பார்களாம்.. ஏனெனில் அக்காவின் புருஷன் கடலில் மூழ்கும் போது மச்சினனுக்கு அக்காவின் தாலிக்கொடி மீது அக்கறை இருப்பதால் மூழ்கும் நபரை கவனமாக கவனித்து கொள்வாராம்.. இப்படித்தான் கொரிய மக்களுக்கும்

இந்தியா என்றவுடன் ஒரு தாய் வழி நம்பிக்கை வருவதாக பேராசிரியர் கண்டு இருக்கிறார்..

அது என்ன தாய்வழி தொடர்பு ???

இந்திய தூதுவராக கொரியா வந்த **N.பார்த்தசாரதி** இந்தியத் தாய்வழித் தொடர்பு குறித்து ஒரு நாவல் எழுதினார்..

பட்டுராணி என்றதொரு போன்ற தலைப்பு.. கொரியாவின் என்பிசி தொலைக்காட்சியில் மிகவும் பிரபலமான ஒரு தொடர் இத்தாய்வழி தொடர்பு பற்றி பேசுகிறது..
கிம் சுரோ என்பது அத்தொலைக்காட்சி தொடரின் தலைப்பு.. ஆக முன்பு இருந்த தொடர்புகள் இலைமறை காய்மறையாக உள்ளன.. **அவற்றை தெளிவாக மாற்ற வேண்டும் என்று வேண்டுகிறார் பார்த்தசாரதி**

கொரிய நாட்டின் கதை **சம்கூக் யூசா** (samguk yusa) என்னும் பெரும் காதையில் தொடங்குகிறது.. இல்லியோன் என்னும் பௌத்த துறவி அவர் வாழ்ந்த பதின்மூன்றாம் நூற்றாண்டில் வழக்கிலிருந்த கொரிய நாட்டார் வழக்கங்களை ஆவணப்படுத்தி **சம்கூக் யூசா** (samguk yusa) என்ற நூலை உருவாக்கினார்..

சம் என்றால் 3
கூக் என்றால் அரசு
யூசா என்றால் கதை

நம் நாட்டில் சேர சோழ பாண்டியர் என்னும் மூவேந்தர் கதைகள் போல் அங்கும் மூவேந்தர் கதை உண்டு என்று தெரிகிறது..

இந்த நூல் முதன்முதலில் கொரிய மக்கள் எப்படி உருவானார்கள் என்ற ஒரு புராணத்தைச் சொல்கிறது.. மிகவும் சுவாரசியமான கதை இது..

அதன்படி

முன்னொரு காலத்தில் கொரிய மண்ணில் மக்கள் காட்டுமிராண்டிகளாக உலாவிக் கொண்டிருந்த பொழுது தேவகுமாரன் இறக்கப்பட்டு மண்ணில் வந்து பிறக்க ஆசைப் படுகிறான்..

தன் ஆசையை தந்தையிடம் சொன்னவுடன் தந்தையும் ஒப்புதல் அளித்து கொரிய நாட்டின் மலை தொடர் ஒன்றை தேர்ந்தெடுத்து அங்கு செல்லுமாறு கூறுகிறார்..

தன் பிள்ளையின் அரசாட்சி நன்றாக நடக்க 3 மந்திரிகளையும் 3000 தேவர்களையும் உடன் அனுப்புகிறார்.. இவர்கள் மண்ணில் வந்து மாக்களை மக்கள் ஆக்கி அரசாட்சி நடந்த தொடங்குகிறார்..

அது சமயம் அந்த மண்ணில் வாழ்ந்து வந்த ஒரு புலியும் கரடியும் இவர்களை போல் வாழ ஆசைப்படுகின்றனர்.. அவை தேவகுமாரனை அணுகி தங்களை மானுடறாக்க வேண்டி நின்றனர்.. இப்பிராணிகள் மீது இரக்கம் கொண்ட தேவகுமாரன் கை அளவு தானியங்களையும் கொஞ்சம் பூண்டையும் கொடுத்து 100 நாட்கள் குகையில் யார் கண்ணிலும் படாமல் வாழுமாறு சொல்கிறான்..

அப்படி வாழ்ந்தால் நூறாவது நாள் இறுதியில் மிக அழகிய மனிதப் பெண்ணாக உரு கொள்ளலாம் என்று சொல்கிறான்.. அதன்படி இப்பிராணிகள் குகைக்குள் வாழ தலைப்படுகின்றன.. ஆடு மாடுகளை கொன்று தின்ற புலி குகையில் பத்து நாட்களுக்கு மேல் பூண்டையும் தானியத்தையும் தின்று வாழ முடியவில்லை.. அது வெளியே வந்து விடுகின்றது..

ஆனால் பொறுமையுள்ள **கரடி நூறு நாட்கள் வாழ்ந்து அழகிய பெண்ணாக மாறிய வெளிவருகிறது.. பெண்ணாக மாறிய உடன் கரடிக்கு பிள்ளை வேண்டும் என்ற ஆசை வந்துவிடுகிறது.. எனவே தேவ குமாரனே தன்னை மணந்து கொள்ள வேண்டுமென்றும் மன்றாடுகிறது.. மீண்டும் தேவகுமாரன் கரடிக்கு இறங்கி அவளுக்கு ஒரு ஆண்மகனை தருக்கிறான்** அக்குழந்தை தான் கொரியா வின் முதல் அரசன்.. அவர் பெயர் டான் கூன் வாங்கோன் (Dan Gun Wanggeon).

திரு.நா.கண்ணன் அவர்களின் காணொளியில் இதனை நான் பார்த்து கேட்டுக் கொண்டிருந்த போது என் நினைவில்.. **இது நம் வடநாட்டு பங்காளிகளின் கைவண்ணம் போல் உள்ளதே என்று எண்ணத் தோன்றியது..**

ஆம் **தமிழர்களை ராமாயணம் மகாபாரதம் முதல் மனிதனாக காட்சிப்படுத்த மனம் இல்லாதவர்கள்** நம்ம வடநாட்டு பங்காளிகள் தான்..

நமக்கு காதில் வைத்த பூவை.. **சீனா காரர்களுக்கு வாழைப்பூவும் வாழை மட்டையையும் சேர்த்து காதில் சுற்றி உள்ளார்கள்** என்றுதான் கூற வேண்டும்..
சில நொடிகளில் உண்டியலை போட்டு உடைத்தது போல் கூறினார் நா.கண்ணன்.. **இந்த தேவகுமாரன் பெயரை சக்ரோ தேவேந்திரன் என எழுதிகிறார் இல்லியோன்.**

இவரே **விஷ்ணு மற்றும் நம் கிருஷ்ணன்** என்று திரு.நா.கண்ணன் அவர்கள் இந்த கதை எங்கிருந்து சென்றது என்பதையும் விவரிக்கிறார்.. ஆம் நா.கண்ணன் கூறியது உண்மையே நம் பங்காளிகளின் காலம் காலமாக நமக்கு விட்ட கதையே தான் .. அது **சியாமந்தக மணி** கதை தான்.. **ஜாம்பவான் என்னும் கரடியிடம்** 28 **நாள் போர் புரிந்து கிருஷ்ணன் பின்னர் ஜாம்பவதி என்னும் கரடி கழுத்தில் தாலி கட்டி மனைவியாக்கி கொண்டார்** என்று நம் காதில் வைத்த பூவே.

சியாமந்தக மணி மிக உயர்ந்த சக்தி மிக்க **இரத்தினமாகக்** கருதப்படும் அதிசய அணிகலன் ஆகும். **சூரியன் கழுத்தில்** இருப்பது இந்த **சியாமந்தகமணி.** சியாமந்தகமணியை கழுத்தில் அணிந்திருப்பவரின் நாட்டில் பஞ்சம், வறட்சி, நிலநடுக்கம் போன்ற பேரழிவுகள் ஏற்படாது. **சூர்ய ரத்தினா** என்ற பெயரை இக்கதையில் இருந்து களவாடி அந்த பெயரை Heo Hwang ok க்கு வைத்திருப்பது தெளிவாகிறது..

அப்படியென்றால் திரு. நா.கண்ணன் அவர்கள் இவருக்கு **செம்பவளம்** என்னும் பெயர் எப்படி வைத்தார்.. ????

திரு.நா.கண்ணன் அவர்கள் கொரிய அரசி Heo Hwang ok அவர்களை செம்பவளம் என்று குறிப்பிடுகிறார்..அவர் ஏன் அவ்வாறு கூறுகிறார் அதற்கு அவர் தரும் சான்றுகள் என்ன என்பதை தெளிவாக பார்ப்போம்..

சம்கூக் யூசா (samguk yusa) நூலில் இல்லியோன் இன்னொரு முக்கியமான கதை சொல்கிறார்.. **இது நிகழ்வதே கிபி 49 ஆம் ஆண்டில்..**

அங்கு மீண்டும் தமிழ் தொடர்பு ஊர்ஜிதமாகிறது.. கொரியாவில் முதல் அரசை உருவாக்கி அவர்களாகவும் Heo Hwang ok **எனும் அரசியும் கிம் சுரோ எனும் அரசனும்** பேசப்படுகிறார்கள்.. அந்த ராணியும் ராஜாவும் எப்படி இருந்தார்கள் என்று அவர்களின் படங்கள் சொல்லும்.. அவர்கள் உருவாகிய கதைகள் குறித்தும் அவர்களின் படங்கள் பேசும்..

கிம் சுரோ அரசன் எப்படி தோன்றினான்..? சம்கூக் யூசா நூலில் உள்ள கதை.. ஒரு நாள் ஒரு மலைப் பிரதேசத்தில் ஒரு அசரீதி கேட்டது.. மக்களே.. மலை உச்சிக்குப் போய் நின்று குகா குகா என்று ஆனந்தக் கூத்தாடுங்கள் ஒரு அதிசயம் நிகழும் என்று.

அதன்படியே மக்கள் மலை உச்சிக்குச் சென்று குகா குகா என்று கூத்தாடினார்.. அப்பொழுது வின்னே கிழித்துக்கொண்டு ஒரு பட்டுப்படுதா இறங்கியது.. அதில் ஒரு அழகிய பெட்டி வந்து சேர்ந்தது.. அந்தப் பெட்டிக்குள் 6 தங்க முட்டைகள் இருந்தன.. அந்த முட்டைகளில் இருந்து அழகிய குழுந்தைகள் பிறந்தன..
மூத்த குழந்தைக்குப் பெயர் **கிம் சுரோ** என்பது.. அவன் மடமடவென வளர்ந்து ஆறடி மனிதன் ஆனான்..
அவன் அங்கு உள்ள நிலப்பரப்பை ஆளத் தொடங்கினான்.. அதற்குக் கயா என்று பெயரிட்டான்..

ஆம் இது நம் மகாபாரதம் தான்.. பஞ்சபாண்டியர்கள் கதையே தான்

நமது பஞ்ச பாண்டவர்களும் இம்மாதிரி விண்ணின் தேவதைகள் வரம்பெற்ற குந்திக்கு மகவாகப் பிறந்ததை நாம் மகாபாரதம் மூலமே அறிவோம்.. மேலும் முதல் அரசின் பெயர் புத்தர் மகா நிர்வாணம் அடைந்த புத்தகயா எனும் பெயரில் அமைந்திருப்பதும் தற்செயல் என்று..

அரசின் மகன்கள் மகா நிர்வாணம் அடைந்ததாகவும் அவர்களுக்காக 7 விகாரங்கள் அமைத்ததாகவும் என்றும் இல்லியோன் சொல்லிப் போகிறார்.. எனவே கிபி ஒன்றாம் நூற்றாண்டில் பவுத்தம் கொரியாவில் வேர் ஊன்ற தொடங்குகிறது என்று அறிவோம்..
பௌத்திற்கு முன் நம் **இயற்கை தருமமே (ஐந்து-இந்து)** அங்கும் இருந்திருக்கிறது என்பதை சக்கரோ தேவேந்திரன் கதை சொல்லுகிறது.. இந்த வம்சாவளியில் வருபவர்களே இன்று கொரியாவில் மிகப் புகழ்பெற்ற குடியினரான கிம் மற்றும் கோ இன மக்கள் என்பது குறிப்பிடத்தக்கது..

கிம் என்றால் தங்கம் என்று பொருள் இதை **பொன் கயா** என்று சொல்வதாக ஒரு ஆய்வாளர் சொல்கிறார்.. **பொன் என்றால் தங்கம்** என்று தானே பொருள்.. மேலும் பண்டைய கொரிய

குடிகளின் பெயர்கள் தமிழ்ப் பெயர்களாக இருப்பதும் இன்னும் ஆச்சரியம்.. **அந்த குடிமக்களின் பெயர்கள் சின்கா, கோ , மா ,முக்கான், முமூ என்பவை..**

சுங்காரி என்பது ஒரு கொரிய நதியின் பெயர்..

சரி இனி கிம் சுரோ மன்னனுக்கு Heo Hwang ok அரசி எப்படி கிடைத்தாள் என்று பார்ப்போம்.. கிம் சுரோ இளைஞனாக இருந்தபோது மந்திரி பிரதானிகள் கிம் சுரோவுக்கு பெண் பார்க்கத் தொடங்கினர்.. அப்போது நான் விண்ணிலிருந்து இறையருளால் வந்தவன் அந்த இறைவனை எனக்கு நல்ல மனைவியும் தருவான் என்று .. **கிம் சுரோ** அதன்படி ஒருநாள் தென் கோடி கடற்கரையில் செக்கச் செவேல் என்ற கப்பல் ஒன்று வந்து சேர்ந்தது.. கப்பலில் இருந்து ஒரு அழகிய இளவரசி தன் சகாக்களுடன் இறங்கினால்..

அந்த அதிசயத்தைக் கண்ட மக்கள் அவளை உடனே அரசரிடம் இட்டுச் செல்ல வந்தனர்.. அதற்கு இளவரசி தோரணையாக **மன்னனே நேரில் வந்து அழைத்துச் செல்ல சொல்லவும்** என்று ஆணையிட்டு கூற.. இப்படி தோரணையாக கட்டளையிடுபவள் நிச்சயமாக அரச குலத்தைச் சேர்ந்தவள் என்று. **அவளை காண வந்து.. ஒரு அழகிய கூடாரத்தை அமைத்தார் கிம் சுரோ.. அங்கு இளவரசி ஆபரணங்களுடன் பரிசுப் பொருட்களுடனும் அரசனை காண்கிறாள்** அப்போது அவள் சொல்லுவாள் நான் அயுத்தா என்னும் நாட்டில் இருந்து வருகிறேன். எங்கள் அரசின் சின்னம் மீன் சின்னம்..

என் தந்தை ஒரு நாள் இறைவன் கனவில் தோன்றி நான் கொரியாவில் கிம் சுரோ.. என்னும் மன்னனை அனுப்பி உள்ளேன் அவனுக்கு ஏற்ற பெண் உன் மகளே.. எனவே அவளை உடனே கொரியாவுக்கு அனுப்பி வைக்கவும் என்று சொன்னதாக ராணி கூறுகிறார்..

பின்னர் எவ்வாறு அந்த இடத்தை அடைந்தார் என பின்வருமாறு..

எனவே நான் கடலில் பயணப்பட்டு இங்கு வந்துள்ளேன் என்றாள்.. கடல் அலைகளை கட்டுப்படுத்தும் கற்களோடு நான் பயணப்பட்டு வந்துள்ளேன்.. அவைகள் என் கப்பலில் உள்ளன என்றார்..

அவரின் பெயர் **அவருடைய பெயர்** சொல்லி மஞ்சள் நிற கொண்ட பூ மற்றும் கற்களை குறிக்கும் பெயர் பொருள் என்கிறார்.. இதுவே அவர் குலப் பெயர் தாங்கி Hwang ok என் கொரியா மொழியில் கூறுகின்றனர்.

அந்த பூவும் மற்றும் கற்களின் சேர்ந்த பெயரே **செம்பவளம்** என்று திரு.நா.கண்ணன் அவர்கள் உறுதி செய்கிறார்..

Heo என்பது **செம்பவளத்தின்** குடும்ப குலப் பெயர்களாக அடுத்த அடுத்த தலைமுறைக்கு கொடுக்கப்பட்டது.. அவை இன்னும் கொரியாவில் அவர் வழி தலைமுறைக்கு கொடுக்கப்பட்டு வருகிறது..

அதே போல் கொரிய ராணி Heo Hwang ok செம்பவளத்தின் சகோதரன் கயா நாட்டின் அருகே உள்ள நாட்டை ஆண்டதாக கூறுகின்றனர்..

கிபி 0001 நூற்றாண்டில் தமிழகம் என்பது இப்போது உள்ளதை போல் இல்லை.. இங்கே நிலப்பரப்பு வித்தியாசமான ஒன்று இன்றைய கேரளம் கன்னடம் ஆந்திரா என இல்லாமல்.. பல்வேறு சிற்றரசுகள் உள்ளடக்கியதை நம்மால் காணமுடிகிறது..

அதேபோல கொரியா என்பதை இப்போதுள்ள நிலப்பரப்பை கொண்டு கயா என்று அந்த குறிப்பிட்ட நிலப்பரப்பை நாம் பார்க்க முடியாது.. **திரு.நா.கண்ணன்** அவர்கள் காணொளியில் கொரியாவை **சீனர்கள்** என்று காணும் படி பதிவு செய்கிறார்..

அதற்குச் சான்றாக **இன்றைய வங்காளதேசத்தை 1947க்கு முன் வங்காளதேசம் என்று வைத்து கொண்டு உலகம் முழுக்க தேடினாலும் கிடைக்காது..**
திரு.ஒரிசா பாலு அவர்கள் உலகில் முத்து குளித்து வரும் பெண்கள் இருப்பது தமிழகத்திலும் கொரியா மற்றும் ஜப்பான் பகுதியில் தான் என பதிவு செய்து இருக்கிறார்..

அதே போல உணவகத்தில் **சோறு** என்று கேட்டவுடன் சோறு கொண்டு வந்து பரிமாறியதாக திரு.ஒரிசாபாலு குறிப்பிடுகிறார்.. அவர் கேட்டது தமிழகத்தில் உள்ள உணவகத்தில் அல்ல **கொரியா உணவகத்தில்**..

ஆம் **சோறு** என்பது கொரிய மொழியிலும் **சோறு** தான்.. இங்கு உள்ளது போல் கொரியாவிலும் கொதி நீரில் அரிசியிட்டு சோறாக்கும் முறை தான்.. நம் சோற்றை அப்படியே கொரிய மக்கள் உணவுகளில் இருப்பதை பதிவு செய்கிறார் திரு.ஒரிசா பாலு அவர்கள்..

அடுத்து **திரு.நா.கண்ணன்** அவர்கள் காணொளியில் **கிம்சி** என்று ஒரு உணவு கொரியாவில் உள்ளது.. இதனை

ஊறும் காய்
ஊறுகின்ற காய்
ஊறுகாய்

என **கிம்சி** என்றால் **ஊறுகாய்** என விவரிக்கிறார்..

இதையெல்லாம் பார்க்கும்போது இதன் வரலாறு கிபி 01 நூற்றாண்டுகளுக்கு முன்பிருந்தே உள்ளதாக இருக்கும்..

ஆணிமுத்து

வசந்த் வெள்ளைத்துரை

கருவான ஆணிமுத்து தானுங்கண்டேன்
கொண்டேனே வெகுதூரங் குளிகைகொண்டு
கொப்பெனவே முத்துறையும் பதியுங்கண்டேன்
விண்டிட்ட குளிகையது பலத்தினாலே
வீரான ஆழிவரை சுத்திகண்டேன்
உண்டதொரு குண்ணளவு முத்துகண்டேன்
வுகமையுள்ள சிப்பிமுத்து கண்டேன்பாரே

-(போகரின் சப்த காண்டம் 4109)

உலகப் புகழ்பெற்ற இத்தாலிய நாட்டுப் பயணியான மார்கோ போலோ எழுதிய Travels of Marco Polo* என்ற நூலில் தமிழகத்தின் தூத்துக்குடியில் கடலில் இறங்கி முத்தெடுக்கும் நிகழ்வான 'முத்துக் குளித்தல்' குறித்துப் பதிவுசெய்திருக்கிறார்.

அரசனின் அனுமதி பெற்ற பின்பே, கடலில் முத்தெடுக்க வேண்டும். திரட்டப்படும் முத்துகளில் பத்தில் ஒரு பங்கு, மன்னனுக்கும், இருபதில் ஒரு பங்கு தர வேண்டும். இது தவிர, மிகச் சிறந்த, மதிப்பு வாய்ந்த முத்துக்கள் கிடைத்தால், அதை, வணிகர்களிடம், விலை கொடுத்து, மன்னன் வாங்கிக் கொள்வதுண்டு.

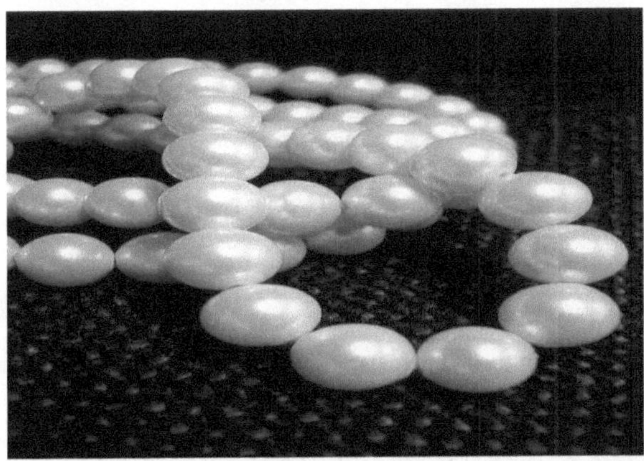

கொற்கைத் துறைமுகம் கடற்கோளால் தூர்ந்துபோன பின்பு காயல் என்னும் ஊர் சிறந்த துறைமுகப் பட்டணமாக உருவெடுத்தது. காயல் என்பது இவ்வூரின் பழைய பெயர் ஆகும். இன்று இவ்வூர் பழையகாயல், புன்னைக்காயல், காயல்பட்டினம் ஆகிய மூன்று பகுதிகளாக உள்ளது. இந்த ஊரைப்பற்றிய சங்க இலக்கியக் குறிப்புகள் எதுவுமில்லை. காரணம் சங்ககாலத்தில் கொற்கை மட்டுமே மிகுந்த புகழ்பெற்ற துறைமுகம் ஆகும். காயல்பட்டிணம் கொற்கைக்குத் தெற்கிலும் கயல்பட்டிணத்திற்குத் தெற்கில் வீரபாண்டிய பட்டணமும் அமைந்துள்ளது. இந்தத் துறைமுகத்திற்கு அரேபியா மற்றும் சீனத்திலிருந்து கப்பல்கள் வந்து சென்ற செய்தியை கால்டுவெல் என்ற மேல்நாட்டு அறிஞர் தனது நூலில் பதிவு செய்திருக்கிறார். இதே நூலில் காயல் துறைமுகத்தில் பரதவர் முத்துக்குளித்த செய்தியும் விரிவாக இடம்பெற்றுள்ளது.

எரித்திரியக் கடலின் பெரிப்ளூஸ் (Periplus of the Erythraean Sea) என்ற கையெழுத்து ஆவணம் (manuscript document) பண்டைய ரோமின் கடல் சார்ந்த வர்த்தகம் (Maritime Trade) (அதாவது, செங்கடல், ஏடன் வளைகுடா மற்றும் மேற்கு இந்தியப் பெருங்கடல்) குறித்த மிகவும் இன்றியமையாத ஒற்றைத் தகவல் மூலமாகும் (single most important source of information). இந்த ஆவணம் கிழக்கு ஆப்பிரிக்கா (eastern Africa), தென் அரேபியா (southern Arabia) மற்றும் இந்தியாவின் மேற்குக் கடற்கரையோரங்களில் பல்வேறு துறைமுகங்களில் வாங்குவதற்கும் விற்பதற்குமான ரோம

எகிப்தின் (Roman Egypt) செங்கடல் துறைமுகத்திலிருந்து வந்தவர்களுக்கான ஒரு சிறிய கையேடு எனலாம்.

மன்னார் வளைகுடா வழியாகக் கிழக்குக் கடற்கரைக்குச் செல்லும் பாதையில், இந்திய – இலங்கைக் கடற்கரைப் பகுதிகளில் இருந்த எபிடோரஸ் (Epidorus) (இலங்கையை ஒட்டி அமைந்திருந்த மன்னார் வளைகுடாவில்?) முத்துக் குளித்தல் நடைபெற்றது பற்றிப் பெரிபுளூஸ் விரிவாக விவரித்துள்ளார். **பெரிபுளூஸ்** எழுதிய கடல் வழிகளில் பெர்சியன் வளைகுடா பற்றி விரிவாகக் குறிப்பிடவில்லை. என்றாலும் இந்த வளைகுடாவின் முத்துக்குளித்தல் பற்றி மேலோட்டமாகக் குறிப்பிட்டுள்ளார். "கொற்கையில் (Colechi) முத்துக்குளித்தல் நடைபெற்றது. **கொற்கை பாண்டிய அரசிற்குச் சொந்தமானது.** இவர்கள் முதுக்குளித்தலை தண்டிக்கப்பட்ட குற்றவாளிகளைக் (**Condemned Criminals**) கொண்டு நடத்தினார்கள்" என்று பெரிபுளூஸ் பதிவு செய்துள்ளார். இவர் மொத்த மன்னார் வளைகுடாவையும் கொல்கை வளைகுடா (**Colchic Gulf**) என்று பதிவு செய்துள்ளார்.

புவியியலாளரும், வானியலாளரும், சோதிடருமான தாலமி (**Ptolemy**) என்னும் குளோடியஸ் தொலெமாயெஸ் (**Claudius Ptolemaeus**) "Geographia" என்னும் தன் நூலில் பெர்சிய வளைகுடாவின் (**Persian Gulf**) டைலோஸ் தீவில் (பஹ்ரைன்) (**Island of Tylos (Bahrain)**) நினைவிற்கு எட்டாத காலந்தொட்டு (from time immemorial) விறுவிறுப்பாக நடைபெற்ற முத்துக் குளித்தல் (Pearl Fishery) பற்றி விவரித்துள்ளார். தாலமி **கொற்கையை** Kolkhoi என்று அழைத்துள்ளார். இந்தப் பட்டணத்தைப் பேரங்காடி (Emporium) என்றும் குறிப்பிட்டுள்ளார்.

பாண்டியனின் முத்து பட்டினம் என்பது இன்று தமிழர்களிடன் கொற்கை பாண்டியர்கள் பற்றி தெரிந்து இருக்கும்.. தமிழ்நாட்டில் ஆய் நாட்டு பாண்டியர்கள் என்ற வரலாறு **கௌரியர்கள்**

கௌரியன் என்பது பாண்டியர்கள் பட்டம்.. கிபி 0001 நூற்றாண்டில் ஆய் நாடு என்பது தென் கோடியில் குறிக்கபட்டு இதனை அடையாளம் தெரியாமல் அழிந்துள்ளது..
அதே போல் இதற்கு முன் பின் என 500 வருடங்கள் எடுத்தால்.. முன் **கிமு** வில் புத்தர் முதல் இலங்கை வந்த விஜயன் வரை கற்பனை பாத்திரங்கள் புகுத்தப்பட்டு வடக்கிருந்து வந்தாக கதை சொல்லப்பட்டு இருக்கும்..

இதன் பின் 500 ஆண்டுகள் முகவரியோ முகமில்லாத மனிதர்கள் சேர சோழ பாண்டியர்களை கட்டி வைத்து ஆட்சி நடத்திய இருண்ட காலம் **களப்பிரர்கள்** என மறைக்கப்பட்டு இருக்கும்...

கடல் வணிகத்தில் குறிக்கப்பட்டு உலகம் முழுவதும் பாண்டியன் என்ற பெயர் பொறித்தவர்கள் வரலாறு கிழக்கு கடல் முழுவதும் சோழன் பெயர் ஒலித்ததும் களப்பிரர்கள் வீழ்ச்சிக்கு பின்னர் தான்..

இந்த களப்பிரர் காலத்தில் தான் அகத்தியர் முதல் புத்தர் வரை கடல் கடந்து சென்றனர்.. வடக்கில் மெளரிய பேரசு முதல் குப்தர் காலம் தான் என்னற்ற கட்டுக்கதைகள் உடன் இலக்கியங்கள் உருவாக்கப்பட்டது..

இருப்பினும் மெளரியப் பேரரசோ அல்லது குப்தரோ தமிழகத்தை ஆள முடியவில்லை.. சேர சோழ பாண்டியர்கள் ஆண்ட மன்னில்.. **களப்பிரர் யார்.. ? கௌரியர்கள் யார்..? என காணும் முன்னர்.**
இங்கே ஆறும் தீவை குறித்ததுவே.. இலங்கை என்பது **கிபி** 0001 நூற்றாண்டில் **தாமிரபரணி**

          வரலாற்றில் சேர புத்திரர்கள் அழிக்கபட்டு அவர்களை கேரள புத்திரர்களாக குறிக்கப்பட்டது இந்த காலகட்டத்தில் தான்.. அரேபிய கடலின் கரையில் உள்ள இன்றைய **கோழிக்கோடு** ஒரு குக்கிராமத்தில், கிமு 2 ஆம் நூற்றாண்டுக்கும் கிபி 15 ஆம் நூற்றாண்டுக்கும் இடையில் செழித்து வளர்ந்த இந்தியாவைச் சேர்ந்த வர்த்தகர்களை இணைக்கும் சீனாவுக்கும் கேரளாவிற்கும் இடையிலான பண்டைய கடல் வழியை நினைவூட்டுவதற்கு ஒரு பட்டுத் தெரு உள்ளது.

சீனா, தென்கிழக்கு ஆசியா, அரேபிய தீபகற்பம், சோமாலியா, எகிப்து மற்றும் ஐரோப்பாவிற்கு. இந்த வழியில் மலபார் பிராந்தியத்தில் உள்ள பண்டைய துறைமுகங்களில் ஒன்று தொண்டி. சேரனின் துறைமுகம்..

கேரளா மரபணுக்களின் சிறந்த உருகும் பாத்திரமாக இருந்து வருகிறது, மேலும் இந்த மாநிலத்தில் உள்ளவர்களுக்கு அனைத்து வகையான நிறமும் அம்சங்களும் இருப்பதை நீங்கள் காணலாம். கடல் வர்த்தகர்களின் சமூக மற்றும் வணிக ரீதியான உடலுறவு தொலைதூரத்திலிருந்து உள்ளூர் மக்களுடன் கலந்துகொள்வதே இதற்குக் காரணம்.

தூர கிழக்கில் இருந்து சீனர்கள் கொண்டு வந்த பொருட்களுடன் பரிமாறிக் கொள்ள அரேபியர்களுக்கு மேற்கிலிருந்து பொருட்கள் கிடைத்தன. கேரளாவிற்கும் சீனாவிற்கும் இடையிலான இந்த வர்த்தகம் குறித்து கேரள வரலாற்றில் குறிப்பு உள்ளது.

சீன என்று அடைமொழி உடன் சேர்க்கப்படும் Cheena பட்டு (சீன பட்டு), Cheena சாடி அடிக்கும் (சீன பானை கள்), Cheena பரணி (சீன ஜாடி கள்) Cheenam பள்ளி - **Panthalayani, ஒரு மசூதி கோழிக்கோடு** , நிச்சயமாக Cheena Vala இன்றும் பயன்படுத்தப்படும் (சீன வலை) ஒன்று உள்ளது.. **இது நிச்சயம் கேரளாவில் சீன செல்வாக்கை நினைவூட்டுகிறது.** கேரளாவில் சீன செல்வாக்கின் கூறுகள் கேரளாவிற்கும் சீனாவிற்கும் இடையிலான வர்த்தகத்தின் தெளிவான சான்றுகள் இவை.

வ இராச்சியம்.. இது பாண்டியர்களால் உருவாக்கபட்ட வணிக இராச்சியம் என்று தான் கூற வேண்டும்.. உலகில் கடலில் எடுக்கப்படும் முத்துகளில் 4 ஒரு பங்கு ஆய் நாட்டு பாண்டியர்களுக்கு..

இதன் அடிப்படையில் தான் இன்றும் 75% பங்கு உள்நாட்டுக்கு 25% வெளிநாட்டு பங்குகளுடன் நிறுவனங்கள் ஒவ்வொரு இடத்திலும் **கால்** ஊன்றுகிறது..

இது இராமாயணம் பாடல்

வென்வேல் கவுரியர் தொன்முது கோடி
முழங்கு இரும் பௌவம் இரங்கும் முன் துறை
வெல்போர் இராமன் அருமறைக்கு அவித்த
பல்வீழ் ஆலம் போல
ஒலி அவிந்தன்று இவ் அழுங்கல் ஊரே'

இங்கே கௌரியர்கள் என குறிக்கப்பட்டுள்ளது பாண்டியர்களை.. கோடி என்பது தனுஷ்கோடி என விளக்கமளிக்கப்பட்டு உள்ளது..

சேர் சோழ பாண்டியர்கள் ஆகிய மூன்று அரசர்களை இயக்கிய இவர்களே சங்ககாலத்தில் வேளிர் என அறியப்படுகின்றனர்..

குறுநில மன்னர்கள் என்றாலும் இவர்கள் செல்வாக்கு கடலும் கரையும் தாண்டும்.. வேளிர் இன்றைய தமிழக நிலப்பரப்பில் மட்டும் அல்ல இதனையும் தாண்டி இன்றைய இலங்கையின் ஈழத்திலும் உண்டு என்று ஆராய்ச்சியாளர்கள் கூறுகின்றனர்..

உலகம் முழுதும் **இந்திரன்** வழிபடப்படுவது பாரத மக்களுக்கு பெருமைதரும் விடயமாகும். பல்லாயிரம் ஆண்டுகளுக்கு முன்னர், **சிந்து, சரஸ்வதி, கங்கை** நதி தீரத்தில் ஒலித்த அதே மந்திரங்கள் இன்று இந்தியாவில் உள்ள ஒரு லட்சத்துக்கும் அதிகமான கோவில்களில் விழாக் காலங்களில் ஒலிப்பதும்,

"**த்ரி கால சந்தியா வந்தனம்**" செய்யும் வீடுகளில் நாள்தோறும் ஒலிப்பதும் அதிசயத்திலும் அதிசயமான விடயம் ஆகும்.

அதைவிட அதிசயம், கரிகால் சோழன் முதல் சிலப்பதிகார காலம் வரை தமிழ்நாட்டில் கொண்டாடப்பட்ட **இந்திர விழா** இன்றும் நேபாளத்தில் அதே பெயரிலும் தென்கிழக்காசிய நாடுகள் முழுதும் "**நீர்ப் பெருக்கு விழா**" (Water Festival) என்ற பெயரிலும் கொண்டாடப்படுவதாகும்.

இதை எல்லாம் பார்க்கும்போது ''தொல்காப்பியன்'' ஏன் **இந்திரன் என்ற வருணனை** தமிழ் தெய்வங்கள் என்று தலைமேல் வைத்துக் கொண்டாடினான் என்பதும் விளங்கும்.

தென்கிழக்காசிய நாடுகள் முழுதும் இந்திரன் சிலை இருப்பதும், நேபாளம் முதல் கண்டி வரை இன்றும் மக்கள் தம் மழலைச் செல்வங்களுக்கு இந்திரன், இந்திராணி, சசி போன்ற பெயர்களைச் சூட்டி மகிழ்வதும் நாம் அனைவரும் அறிந்ததே.

இந்திரனை அடிக்கடி காளைமாடு என்று ரிக்வேதம் வருணிக்கிறது. சிந்து சமவெளியிலும் முத்திரைகளில் காளைகளே அதிகம். அதுமட்டுமல்ல. உலகின் பழைய நாகரீகங்களில் யானைச் சின்னம் உள்ளது சிந்து சமவெளியில் மட்டுமே. இந்திரனுடைய வாகனம் யானை வாகனம் என்பதோடு அத்தகைய சின்னம் ஒன்றும் சிந்துவெளியில் கிடைதிருக்கிறது. ஒரு யானையின் மேல் ஒரு உருவம் நிற்க அதன் மேல் சக்ர சின்னம் பொறிக்கப்பட்டுள்ளது. ஆக இந்திரன் எனபவர் மத்திய ஆசியாவில் அல்லது சைபீரியாவில் இருந்து இறக்குமதி செய்யப்பட்ட தெய்வம் என்ற கூற்று எல்லாம் பொய்யாய்ப் புனையப்பட்ட நம் பங்காளிகள் கை வண்ணமே..

இதே தென் கிழக்கு ஆசியா முழுவதும் இந்திரனை போன்று சென்றவர்கள் இருவர் என கூறலாம்.. அவர்கள் **புத்தரும் அகத்தியரும்** தான் காலம் **கிபி** 0001 முன்னர்.

போதி மரத்தடியில் புத்தருக்கு ஞானம் பிறந்தது என வடநாட்டு பங்காளிகள் கூறியதை ஒவ்வொரு தமிழனும் **புத்தகயா** சென்று அந்த **போதி மரத்தை** காண வேண்டும்..

போதி மரம் என்றால் அரச மரமே அரச மரத்தடியில் ஞானம் பிறந்த புத்தனை கூறியவர்கள்.. தமிழகத்தில் திரும்பிய திசையெல்லாம் அரசமரத்தடியில் இருக்கும் இந்திரசித்தனை கூற மறந்துவிட்டனர்..

இன்னும் இருக்கிறது ஆதாரம்.. **பாம்படம் மாட்டும் காது கொண்ட புத்தன்** தெற்கே சேர சோழ பாண்டியர்கள் தமிழ் நிலப்பகுதிகளில் தான் வடக்கே அல்ல.. **மாமன் மடியில் உட்கார வைத்து மொட்டை அடித்து காதணிகள் மாட்டுவது நம் மண்ணின் மரபு..**

முன்னிருந்த காலந்தொட்டே பெண்களும் ஆண்களும் தங்களை விதவிதமாக அலங்கரித்துக் கொள்வதை விரும்பி வந்துள்ளனர். கிளிஞ்சல்கள், முத்து, எலும்புகள், பறவை இறக்கைகள், உலோகங்கள் ஆகியவற்றைக் கொண்டு அணிகலன்களைச் செய்து கொண்டனர். மேற்கத்திய நாட்டம் உள்புகத் தொடங்கிய உடன் அவைகளும் குறையத் தொடங்கிவிட்டன.
மூன்று தலைமுறைகளுக்கு முன்பு வரை காதினில் பாம்படம் எனும் ஒருவகை காதணி தமிழக பெண்களால் அணியப்பட்டு வந்திருக்கின்றது, குறிப்பாக தென்பாண்டி நாட்டினில். நன்கு முதிர்ந்த பெண்ணிற்கு காதில் அணிந்து கொண்ட பாம்படம் தோள்பட்டையைத் தொடும்.

திருநெல்வேலி வட்டார வழக்கினில் தடயம் என்பது வெளியுலகில் பாம்படமாக அறியப்படுகின்றது. அதற்கெனவே காதுகள் பிரத்யேகமாக தயார் செய்யப்படுகின்றது. **செயற்கை முறையில் காதுகள் பெரிதாக்கப்பட்டு அணிவிக்கப்படுகின்றன. ஒரு முறை அணிந்து விட்டால் அவை பெரும்பாலும் கழற்றப்படுவதில்லை.** அவை உட்புறம் மெழுகினாலும் வெளிப்புறம் தங்கத்தினாலும் ஆக்கப்பட்டிருக்கும்.

"அந்தக் காலத்தில் பெரும்பாலும் எல்லா பெண்களுக்கும் தடயத்தை அணிவித்து விடுவார்கள்.அது சமூகத்தில் அவர்களின் குடும்ப நிலையை எடுத்துக் காட்டியது. ஒவ்வொரு தடயமும் குறைந்தது இரு கழஞ்சு எடை கொண்டிருக்கும் (ஒரு கழஞ்சு-5.4கிராம்). அதனை காதில் அணிவதற்கென்றே காதுகளை பிரத்யேகமாக தயார்படுத்த வேண்டும். அதனை காது வடிப்பு என்பார்கள்.

கொரிய ராணி செம்பவளம் இதனை அகற்றாமல் தன் வாழ்நாளில் அணிந்து வந்தார் என இதன் பெயர் பாம்படம் என கொரியா ராணி படத்தில் இருக்கும் காதில் அணிந்த தோடினை கோடிட்டு காட்டினார்கள் திரு.ஒரிசாபாலு மற்றும் நா.கண்ணன் அவர்களும்..

மேலும் கொரியாவில் **கொழுக்கட்டை மற்றும் நம்ம ஊர் பொறிஉருண்டை** பர்பி அங்கே அப்படியே உள்ளது என மேலும் மேலும் சான்றுகளுடன் அடுக்கி வைத்தார்கள் திரு.ஒரிசாபாலு மற்றும் நா.கண்ணன் அவர்கள்..

புத்தர் பிறந்த போது அவரது தாய் புத்தர் பிறப்பதற்கு முன்னரே மாயா தாயாரின் கனவில் ஒரு **வெள்ளை யானை மீது மாயா பயணிப்பதாகவும், அதில் வெள்ளைத் தாமரை சுமந்து செல்வதாகவும் மாயாவின் கனவில் தோன்றியது.** கௌதமர் பிறந்த ஏழாவது நாளே அவரது அன்னை இறந்தார்.

புத்தர் பிறந்த இடமான கபிலவஸ்து பின்னாளில் எழுதப்பட்டதே.. புத்தர் பிறந்ததும் சமண தோற்றுனர் ஆதிநாதர் பிறந்ததும் ஆய் நாட்டு மண்ணிலே.. இதனைக் இரண்டாயிரம் ஆண்டுகளுக்கு முன்னரே அயோத்தி என்று பெயர் மாற்றியவர்கள்.. அதன் பெயர் சகேதா என்பதை மறந்துவிட்டனர்..

இச்வாகு எருது கொடி தமிழகத்தையும் இலங்கையும் சேர சோழ பாண்டியர்கள் முன் ஆண்ட ஆயர் நாட்டு தமிழ் மண்ணின் கொடியே.. ஆய் மலர் என்ற தாமரை மற்றும் கொன்றை மரம் ஆய் நாட்டு முத்தரையனின் முத்திரை யே..
களவாண்ட எண்ணிக்கை ஒன்றல்ல இரண்டல்ல.. இன்னும் சொல்ல போனால் இந்திரனின் சக்கரத்தை உள்ளடக்கியது **பௌத்தமதம்..** இந்திரனும் இந்திராணியும் தமிழில் இருந்து களவாடப்பட்டவர்களே.. **இவர்கள் கற்பனைக் கதையில் வடிதெடுத்து வளர்த்தெடுக்கப்பட்ட வசிஷ்டரையும் அகத்தியரையும் ஆபுத்திரன் மணிமேகலையில் கேள்வி கேட்டது ஒவ்வொருவரும் இனி கேட்க வேண்டிய கேள்வியே..**

தென்மதுரையில் வீற்றிருந்த சிந்தாதேவி முதல் அமுதசுரபி பாத்திரம் பெற்ற ஆபுத்திரன் வரை காட்சிப்படுத்தப்படும் இடம் **குமரி முனையில்..** மணிபவளத்தீவில் யாருக்கும் பயனற்று இருக்கும் அமுதசுரபியை பொய்கை ஆற்றில் வீசி உயிர்துறந்த ஆபுத்திரன் **ஆய்நாட்டு புத்திரனே..**

சங்கு தலை கொண்டையுடன் மணிமேகலா என்னும் தெய்வமும் **மேகலரேகை என்ற பூமத்தியரேகையின்** பெயரை மணிமேகலை என கடல் தெய்வமாக கூறப்பட்டதும் பௌத்த மதத்தில் தான்.

அச்சுதக் களப்பாளன் களப்பிர மன்னர்களுள் ஒருவனாவான். மூவேந்தர்களையும் சிறை வைத்தவனெனக் கருதப்படுபவன் இவனாவான்.. **அச்சுதக் களப்பாளன் தமிழகத்தினை ஆண்டதனால் உலகினை ஆட்சி செய்தான் எனப் புகழ்ந்தும் கூறியுள்ளது..புத்த சமயப் புலவர்களையும், புத்த மடங்களையும் இவன் ஆதரித்தான் என்பதில் களப்பிரர் பௌத்த சமணம் வழி தோன்றலே..**

சமணர் கழுவேற்றம் என்பது நின்றசீர்நெடுமாறன் எனும் மன்னன் மதுரையை ஆண்ட காலத்தில் நடந்ததாகச் சொல்லப்படும் நிகழ்வாகும். சமணர்கள் நாயன்மார்களில் ஒருவரான திருஞான சம்பந்தரிடம் வாதத்தில் தோற்று கழுவேறினார்கள் என்று பெரியபுராணம் நூலில் உள்ள குறிப்புகள் மூலமாக அறிய முடிகிறது.

ஞானசம்பந்தரால் சைவ சமயத்தை மீண்டும் தழுவிய பாண்டிய மன்னன் சைவ சமயத்தைத் தழுவ மறுத்த எண்ணாயிரம் சமணர்களை மதுரை அருகே உள்ள சாமணத்தம் என்னும் இடத்தில் கழுவேற்றினான் என்று சொல்லப்படுகிறது..

உலகிலேயே சமணர்கள் கழுவேற்றம் நடந்தது பாண்டிய மன்னன் காலத்தில் பாண்டிய மண்ணில் தான்..

மன்னவன் மாறன் கண்டு
மந்திரி யாரை நோக்கித்
"துன்னிய வாதி லொட்டித்
தோற்றவிச் சமணர் தாங்கள்
முன்னமே பிள்ளை யார்பா
லநுசித முற்றச் செய்தார்
கொன்னுனைக் கழுவி லேற்றி
முறைசெய்க" வென்று கூற

பெரிய புராணம் பதிவு செய்துள்ளது..

தமிழில் இயற்றப்பட்ட பெரியபுராணத்தின் படி நின்றசீர்நெடுமாறன் பாண்டிய நாட்டினை ஆட்சி செய்யும் பொழுது சமண மதத்தினை ஆதரித்தார். அதனால் மக்களும், அரசவை அறிஞர்களும் சமண மதத்திற்கு மாறினார்கள். அப்பொழுது, பாண்டிய மகாராணியான மங்கையற்கரசியாரும், **பாண்டிய மந்திரி குலச்சிறையாரும் மட்டுமே சைவ சமயத்தினை கடைபிடித்தார்கள்..**

அதுவரை பாண்டியர்கள் பௌத்தம் சமணம் தழுவினார்கள் என்பது தெள்ளத் தெளிவாகக் காட்டுகிறது.. நூல் ஏடுகள் தீயிட்டு நீரிலும் ஆற்றிலும் விசப்பட்ட சமணர்களை கழுவேற்றி கொன்றதாக ஞானசம்பந்தர் கூறுவது.. பௌத்தமும் சமணமும் இங்கே அழித்து ஒழித்ததின் வரலாறு வெளிச்சமே..

அதே போல் ஆய் நாடு வாரிசில்லா நிலையில் வேழநாட்டுடன் வேணாடு என்று மாறியது.. இறுதியில் திருவாங்கூர் திரிவில்லா மூன்று நாடுகள் சேர்த்த திருவிதாங்கூர் சமஸ்தானத்தின் கீழ் சுவடில்லாமல் போனது.

குடநாடும் இலங்கை நாக நாடும் ஆய்நாட்டு வேளிர்கள் மன்னர் வளைகுடாவில் முத்தெடுத்த இடமே.. இன்னும் **ஜப்பானில் கொரியாவில்** கலைமகளை பௌத்தத்தில் தெய்வமாக போற்ற வீணையே சாட்சி..

ஆய் நாட்டு கடற்கரை ஓரங்களில் முத்தெடுத்த முத்தரையர்கள் என்ற கௌரிய பாண்டியர்கள் குடாநாட்டிலும் இலங்கை நாட்டிலும் மத்திய பகுதியான மன்னர் வளைகுடாவில் முத்தெடுத்த பாண்டியர்கள்.. **இவர்கள் சின்னம் இரட்டை கயல்..**

அசோகரின் காலத்தில் (கி.மு. மூன்றாம் நூற்றாண்டு) கூடியது. இதில் தர்மம் பற்றியும் வினயம் பற்றியும் விவாதிக்கப்பட்டது. சபைக்குத் தலைமை வகித்த மொக்கலிபுத்த திஸ்ஸா, கதா வாத்து என்ற புத்தகத்தைத் தொகுத்தார்.

இது தேரா வாதம் என்ற பெயரைக் கொண்டது. **அசோகரின் மகனான மஹிந்தா இந்த சபையில் ஓதப்பட்ட திரிபிடகா மற்றும் உரைகள் ஆகிய அனைத்தையும் எடுத்துக் கொண்டு இலங்கை வந்தாக கூறுகின்றது.** அந்த ஏட்டுப் பிரதிகள் அனைத்தும் அப்படியே மாறாமல் இன்றைய இலங்கையில் இன்றளவும் பாதுகாக்கப்பட்டு வருகின்றன.

அடுத்த நானூறு ஆண்டுகளில் மாற்றங்கள் ஏற்பட்டன. மஹாயானம் உருவானது. இதற்கு மாறுபட்டது ஹீன யானம் என்று ஆனது. மிகப்பெரும் மேதையான நாகார்ஜுனர் தோன்றி மஹாயான கொள்கைகளை சரியான விதத்தில் விளக்கும் மத்யாமிக காரிகா என்ற நூலை எழுதினார்.

ஆக புத்த மதம் தனது தாயகமான பாரதத்திலிருது கிளம்பி, ஸ்ரீலங்கா, தாய்லாந்து, பர்மா, கம்போடியா,லாவோஸ், சீனா, ஜப்பான் என உலகெங்கும் பரவலாயிற்று என போலியாக பதிவு செய்யப்பட்டவையே கிபி 5ம் நூற்றாண்டில்.

கி.மு 3 ஆம் நூற்றாண்டிற்கும் (கி.மு 247) கி.மு 1 ஆம் நூற்றாண்டிற்கும் (கி.மு 29) இடைப்பட்ட 220 ஆண்டுகால அனுராதபுர அரசின் வரலாற்றில் ஆட்சி புரிந்த 19 மன்னர்களுள் 8 தமிழ் மன்னர்கள் 81 வருடங்களுக்கு மேல் ஆட்சி புரிந்துள்ளனர். **இதில் 44 வருடங்கள் எல்லாளனுக்கும் 22 வருடங்கள் அவனது தந்தை ஈழசேனனுக்குமுரியவை. ஆயினும், இக்கால வரலாற்றைப் பல அத்தியாயங்களில் கூறும் மகாவம்சம் தமிழ் மன்னர்களின் ஆட்சியைச் சில செய்யுட்களில் மட்டுமே கூறி முடிக்கின்றது.**

எல்லாளன் என்ற சோழ மன்னனை வெற்றி கொண்டதன் மூலம் இலங்கையின் விடுதலை வீரனாக வருணிக்கப்பட்ட துட்டகாமினியின் 24 ஆண்டுகால ஆட்சியை 843 செய்யுட்களில் கூறும் மகாவம்சம், 44 ஆண்டுகள் நீதி தவறாது ஆட்சி நடத்திய எல்லாளனை 21 செய்யுட்களில் மட்டுமே கூறுகிறது. இது ஒன்றே பாளி இலக்கியங்களில் தமிழ் மன்னர்களின் வரலாறு மறைக்கப்பட்டுள்ளமைக்கு சிறந்த சான்று.

இதற்கு முந்திய தொகுப்பு நூலான தீபவம்சம் எனும் நூலை தழுவி தொகுக்கப்பட்டதாக வரலாற்றாசிரியர்கள் கருதுகின்றனர். **இந்த நூல் கி.பி 5/6ம் நூற்றாண்டளவில், பாளி மொழியில், மகாநாம தேரர் எனும் பௌத்த பிக்குவினால் தொகுக்கப்பட்டது தான் இந்த மகாவம்சம்..**

இன்னும் சொல்லப்போனால் *வடக் கிழக்கில் இருந்து வந்த விஜயன் வந்திறங்கியது மாந்தை புத்தளம் என்று இலங்கை மேற்கு பகுதியை குறித்திருப்பது* இவர் வடக்கிலிருந்து வரவில்லை என்பதை மேலும் நிறுவும் சான்று..
அதேபோல குவேனியை கைவிட்டு பாண்டிய மன்னர் மகளை திருமணம் செய்து அங்கிருந்து 18 குடிகளை கொண்டு வந்து இலங்கையில் குடியமர்த்தினான் என்பதும் கட்டுக்கதை.. இதற்கு ஏற்றார் போல வடக்கில் இருந்து தெற்கே தமிழக நிலப்பரப்பில் அகத்தியரால் 18 குடிகளை கொண்டுவந்து குடியமர்த்தினார்கள் என்று கூறியதும் **வடநாட்டு பங்காளிகளின் கட்டு கதைகளின் கைவண்ணமே..**

முக்கியமாக பௌத்தம் இந்து மதத்தின் எந்த தெய்வத்தையும் ஏற்றுக்கொள்ளவில்லை **அப்படியிருக்க பௌத்த மதத்தில் இந்துக்களின் தெய்வமான பிரம்மனின் மனைவி என்று கூறும் சரஸ்வதியை எவ்வாறு உள்ளடக்கி வைத்துள்ளார்கள்** என்பது யாரும் அறியாத ஒன்றாகவே உள்ளது..

சைவத்திலும் வைணவத்திலும் பொதுவான தெய்வமாகவும் இருப்பதும் கலைமகளே.. இக்கலைமகளுக்கு மற்றொரு பெயர் வாணி.. வாணிபம் வாணிகம் செய்வோரின் கடவுள் என கூறலாம்..

இதனை கலைமகள் வலது கையில் இருக்கும் முத்துமணி மாலையின் மூலம் அடையாளம் கண்டு கொள்ளலாம்.. கையில் கொடுக்கப்பட்ட வீணையும் முந்தைய யாழ் ,பிடில் போன்ற நரம்பு வாத்திய கருவிகளை குறிக்கும்..

இன்னும் வெந்தாமரை வென் நிற சேலையுடன் காட்சி படுத்தப்படுவது.. கலைமகளை மட்டுமே..வணிகம் தூது சென்ற **வாசிகன்** என்று வாழ்ந்த வந்த இடையர்களே 4வர்ண கோட்பாட்டில் **வைசியராக** மாற்றியது.. **இதன் 4வர்ணத்தை முற்றிலும் எதிர்த்தது தான் பௌத்தமும் சமணமும்..**

வாணி என்ற பெயரின் மூலமே வாணிகம்.. இன்றும் கொரியாவில் பாரம்பரியத்தில் 12நரம்பு யாழ் மற்றும் பிடில் இடம்பெற்றுள்ளது உறுமி உடுக்கையுடன்.. உலகில் காட்சிபடுத்தப்பட்ட **சரஸ்வதி கையில் இருக்கும் வீணை இன்றைய கேரள அன்றைய தமிழ் மக்களின் யாழ் மரபை சார்ந்தது..**

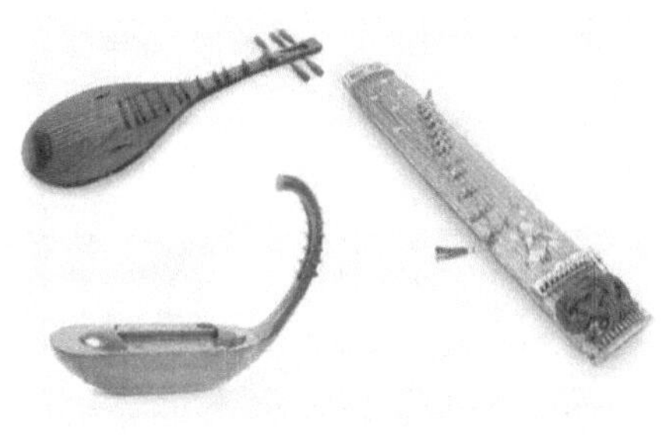

ஓணம் பண்டிகையை பல விளக்கங்கள் கொடுத்தாலும் மகாபலி சக்கரவர்த்தி இன்றைய கேரள பெண்களை அந்த நன்னாளில் கசவு சேலையை உடுத்த கூறியது கலைமகளை குறித்ததுவே.. பத்து நாட்கள் கொண்டாடப்படும் இந்த வளமை **வாமன் ஆன புத்தனுக்கே..**

புத்தர், இந்துமதத்தில் உள்ள எல்லாக் கொள்கைகளயும் ஏற்றுக் கொண்டவர். ஆனால் யாக யக்ஞங்களில் உயிர்ப்பலி கொடுப்பதை எதிர்த்தவர். அர்த்தமே இல்லாமல் வெறும் சடங்கு போல உயிர்வதை நிகழ்ந்தபோது எதிர்த்துக் குரல் கொடுத்தவர். ஆனால் அந்த மதம் பிறந்த தமிழக திருநாட்டிலும், பரவிய நாடுகளிலும் அவர் கொள்கை தோற்றுப்போனது.

புத்தமதம் 'திருடிய' கொள்கை **அவதாரக் கொள்கை** வேத, இதிகாச, புராணத்தில் இருந்தது. அதை புத்த மதத்தினர் பயன்படுத்தினர். இந்துமத, பஞ்சதந்திரக் கதைகளை எல்லாம் எடுத்து அவை அனைத்தும் போதிசத்வரின் (புத்தரின்) பூர்வஜன்மம் என்று சொல்லி கி.மு.மூன்றாம் நூற்றாண்டில் கதைகள் எட்டுக் கட்டினர்கள் பௌத்த பிக்குகள்.

சுமார் 600 கதைகள் ''ஜாதகக் கதைகள்'' என்ற தொகுப்பாக வெளிவந்தது. **பௌத்த பிக்கு அவர்கள் என்ன செய்தார்களோ அதையே இந்துக்கள் பாகவத புராணத்தில் திருப்பிச் செய்தனர்!!! புத்தரே எங்கள் அவதாரம்தான் என்று ஒரு போடு போட்டனர். பௌத்த மதத்தின் கதை தமிழகத்தில் மட்டுமல்லாது இந்திய நிலப்பரப்பில் முடிந்து போனது!!**

திருவோணம் பண்டிகை என்பது பத்து நாள் கொண்டாடும் சேரநாட்டு பண்டிகை என்று **வாமன அவதாரத்தில் மகாபலி சக்கரவர்த்தி இறந்த நாளில் மன்னன் மீண்டும் வந்து நாட்டு**

மக்களை காண்கிறான் என்பது பல்வேறு வரலாறுகள் அந்த பண்டிகைகள் தக்கவைத்து ஒன்றே

உண்மையிலேயே திருவோண பண்டிகை என்பது பாண்டியர்களின் பண்டிகையே..

<blockquote>

"கணம் கொள் அவுணர் கடந்த பொலம் தார்
மாயோன் மேய ஓண நன் நாள்
கோணம் தின்ற வடு வாழ் முகத்த
சாணம் தின்ற சமம் தாங்கு தடக்கை
மறம் கொள் சேரி மாறுபொரு செருவின்
மாறாது உற்ற வடு படு நெற்றி
சுரும்பார் கண்ணி பெரும் புகல் மறவர்
கடு களிறு ஓட்டலின் காணுநர் இட்ட
நெடுகரை காழகம் நிலம் பரல் உறுப்ப
கடுங்கள் தேறல் மகிழ் சிறந்து திரிதர..."

</blockquote>

- மதுரைக் காஞ்சி

பாண்டிய மக்கள் பத்து நாட்களாக எவ்வாறு கொண்டாடினார்கள் என மாங்குடி மருதனார் விவரிக்கிறார். ஓணம் பண்டிகையின் முதல் நாள் அத்தம் , இரண்டாம் நாள் சித்திரா, மூன்றாம் நாள் சுவாதி என்றும் அழைக்கப்படும். அன்று மக்கள் ஒருவருக்கொருவர் பரிசுகள் அளித்து மகிழ்ச்சியை பகிர்ந்து கொள்வர். நான்காம் நாளான விசாகத்தில், ஒன்பது சுவைகளில் உணவு தயார் செய்யப்படுகிறது. குறைந்த பட்சம் 64 வகையான உணவு வகை இந்தப் பட்டியலில் இடம் பெற்றிருக்கும். இவ்வுணவினை **ஓண சாத்யா** என அழைப்பர்.

இது வைகாசி விசாகத்தில் பிறந்தாக கதை கூறிய புத்தனையே குறிக்கும்.. ஆனால் இவை முருகனின் புரானமான வைகாசி மாதம் பௌர்ணமி அன்று பிறந்த கதையில் இருந்து சித்தரித்ததே..
இது தொடங்கும் அத்தம் (அஸ்தம்) நட்சத்திரம் முதல் திருவோணம் முடிய பத்து நாட்களுக்கு கன்னிராசி முதல் மகரராசியான பெண் மற்றும் மீனை குறித்தது. **அதே போல் இருபத்தி இரண்டாம் நட்சத்திரம் திருவோணம் 10^22 என்கிற குறியீடு ஆன இந்திரன் (விநாயகரை) குறித்தவே..**

மகாபலி சக்கரவர்த்தி என்பது யார் என்று பின்னர் பார்ப்போம்.. கிழுவில் ஆய் நாட்டு பாண்டிய மன்னனே.. இதனை வைணவம் இன்னும் தக்க வைத்துக் கொண்டது.. ஆவணி மாதம் திருவோணம் முடிந்த அடுத்த அவிட்டம் நாளில் மகாபலிக்கு எள்ளும் பாலும் தெளித்து ஆவணி அவிட்டமாக முப்புரி நூல் **பிரம்மானார்களால் மாற்ற(ட்ட)ப்படுகிறது..**

இன்னும் சொல்லப்போனால் **வாமன** அவதாரம் இந்திரன் அகத்தியர் புத்தனே. **இவரிகளின் தலையை எடுத்து வேணாடு என்னும் வேழ நாட்டு யானை சின்னம் வைத்ததே உச்சி பிள்ளையார் முதல் கற்பகவிநாயகர் வரை..**

இந்த திருஓணம் **இராவணன் இந்திரனை** கொழுத்தும் பண்டிகையாக **வடக்கே இருந்து தெற்கே திரும்பி வந்தது நம் பங்காளிகள் கை வண்ணமே..**

திருவோணம் பெண்கள் கட்டும் கசவு புடவை கலைமகளே.. இதுவே புரட்டாசி மாதத்தில் வரும் **பத்து நாள் வடக்கில் இருந்து நவராத்திரி விழா என்னும் தசரா விஜயதசமி யாக முடிகிறது..**
கிழுவில் இவ்வாறு இவர்கள் பிரித்து கொண்டாடவில்லை. **திருவோணம் / சரஸ்வதி பூஜை** ஆவணி மாதத்தில் ஆய்நாட்டில் கொண்டபட்டது
ஆவணி மாதம் கிருஷ்ண அட்டமி முதல் சுக்ல சதூர்த்தி யில் முடியும்.. இதற்கு இடைப்பட்ட பத்து நாட்களே ஓணம்..

கிருஷ்ண அட்டமி (கோகுலாஷ்டமி) என்றும் என ஓணம் துவங்கும் முதல்நாள்.. ஓணம் முடிந்த பின் நாள் சுக்ல சதூர்த்தி (ஆவணி அவிட்டம் / விநாயகர் சதூர்த்தி)
இதற்கு விநாயகர் சதூர்த்தி அன்று இருக்கும் அனைத்தும் சரஸ்வதி பூஜையில் இருக்கும் **அவல் பொரி கடலை அரிசி கொழுக்கட்டையே சாட்சி..**

ஆக ஆயதலைவன் கிருஷ்ணனும் தமிழனே.. **திரு ஓணம் தினத்தில் மகாபலி சக்கரவர்த்தி என ஒரு அரசனை வரவேற்பது வருடம் வருடம் கிருஷ்ணன் என்பவரை தான்**..

ஆய் நாட்டு பாண்டியனின் இந்த இரட்டை கயல்கள் சின்னமும் தாமிரபரணி ஆற்றின் கழிமுகத்தில் அமைந்த கொற்கையே.. **அனுராதபுரமும் இன்றைய மதுராவும் முத்தமிட்ட இரட்டை கயல்களின் நிலபரப்பே** அன்றைய **துவாரகை** (கொற்கை - கோவளம்).. மகாவம்சம் கூறிய விசயனின் வருகை **கோவளத்தில் இருந்தே வந்ததே**.. அந்த விசயனும் கிருஷ்ணரே..

கிமு முதல் கிபி 5ம் நூற்றாண்டு வரை முத்தமிட்ட இரட்டை கயல்களே ஆய் நாட்டு பாண்டியனின் சின்னம் இவர்களே களப்பிரர் எனும் முத்தரையர்கள்

இந்த முத்தமிட்ட கயல்களின் சின்னமே **செம்பவளம்** கொண்டு சென்ற பாண்டிய நாட்டு சின்னம்.. **இந்த சின்னம் பாண்டியர்கள் சின்னம் என திரு.ஒரிசாபாலு மற்றும் நா.கண்ணன் அவர்கள் கொரியாவில் பொறிக்கப்பட்டுள்ளது** என்பதை நேரே சென்று கண்டு இது பாண்டியர்கள் சின்னம் என்று உறுதிபடுத்தி உள்ளனர்.. ஆனால் நம் வடநாட்டு பங்காளிகள் அசோகர் தூனில் **இல்லாத ஒரு சின்னத்தை சூர்யரத்னா கொண்டு சென்றாத கிபி 12ம் நூற்றாண்டுகளுக்கு பின்னால்** அமையப்பெற்ற கட்டங்களையும் சின்னங்களையும் காட்டுகின்றனர்..

பாண்டியனின் முத்து எடுத்தல் வேளாண்மை தாண்டி கடல் கடந்து அவர்கள் சென்றது முக்கிய காரணியாக இருந்தது வேளான் கருவிகள்.. இதனை கற்களால் இரும்பு வென்கலத்தால் உருவாக்கினர்..

இப்போது உள்ளது போல கொல்லர்களை பிரிந்து வகைப்படுத்தல் இருந்த இல்லை.. அவர்கள் **கருமன்** என பொதுவாக அழைக்கப்பட்டனர்.. இவர்கள் உருவாக்கும் வடிவமே கருவியாக உபயோக பொருட்கள் என பின்னாளில் பயன்பட்டது..

பாண்டியன் ஆய்நாட்டில் கற்காலம் தொட்டு இதனை தொழிலாகக் கொண்டுள்ளோர் அதிகமாக வாழ்ந்து வந்தனர்.. முக்கியமாக கல் இரும்பு வெண்கலம் ஆகியவை வடிவமைக்கும் வித்தைகள் தேர்ச்சி பெற்றவர்களை தபதி என்று அழைத்தனர்..

தச்சர், கொல்லர் போன்ற படைப்பாளர் உதவியின்றி எந்த ஒரு ஆட்சியதிகாரத்தைக் கைப்பற்ற முடியாது. **போர்க்கருவிகள் தொடங்கி போருக்குப் பயன்படும் ரதங்கள் (தேர்கள்), அரசனுக்குரிய மணிமுடி, உயர் வர்க்கத்தவருக்குரிய அணிகலன்கள் வரை** நுணுக்கமும் கைவினை வேலைப்பாடுகளும் நிறைந்த உலோகப் பொருள்கள் மற்றும் மரப் பொருள்களை உருவாக்கியவர்கள் ஆய் நாட்டு பாண்டிய மயச்சாரிகள்.. இரும்புத் தொழில் செய்யும் கருமன் இருந்தனர்.

அவர் தொழில் செய்யும் இடம் 'உலைக்களம்' எனப்பட்டது. பயிர்தொழிலுக்கு வேண்டிய கருவிகளையும் படை வீர்களுக்குத் தேவையான படைக் கருவிகளையும் செய்ததால் கருமன் முக்கிய இடத்தினைப் பெற்றிருந்தனர்.

கொல்லர்கள் ஊர்தோறும் உழவர் முதலியோர்க்கு வேண்டிய கருவிகளை அவ்வப்போது செய்து கொடுத்து, ஆண்டு முடிவில் ஊதியம் பெறும் வழக்கமும், அவர்கள் ஊரவர்க்குப் பொதுத் தொழில் செய்வோர் ஆகிய வழக்கமும் இன்றும் காணப்படுகின்றன.

ஏமூர்க்குத் தொழில் பொதுவிற் வேண்டிய கொல்லுலையில் துருத்தி இடையுறாது இரவு பகல் இயங்கியது. (குறுந்தொகை பொ.வே.சோமசுந்தரர் உரை ப.248) எனக் குறிப்பிடுகிறார் சோமசுந்தரனார்.

போர்க்காலங்களில் கொல்லர் வீர்க்குரிய கருவிகளை செய்து கொடுத்ததினை,
"படைபண்ணிப் பனையவும் பாமாண்ட்" (கலி – 19)
என்னும் வரி குறிப்பிடுகிறது.
பொன்னால் அணிகலன் செய்பவர் பொற்கொல்லர் எனப்படுவர். சிலம்பு, கிண்ணி, வளை, மேகலை, மோதிரம், குழை, ஆரம் போன்ற அணிகலன்கள் கலை நயத்துடன் செய்யப்பட்டன. அணிகலனின் பகுதிகள் தனித்தனியாக செய்யப்பட்டு பின் பொடியூதிப் பற்ற வைப்பர். பற்ற வைத்த இடம் நிறத்தில் மாறுபடும். நிறமாறுபாட்டைப் போக்க அணிகலனை ஒரே நிறமுடையதாக்க பொற்கொல்லர் ஊது உலையில் வைத்து எடுத்து நீர் ஊற்றி ஒரே நிறமுடையதாய் பிரகாசிக்கச் செய்வர். இவ்வாறு பொடி ஊதி வேலை செய்த திறத்தினை,

"காலவைக் கடுபொன் வளைஇய வீரமை சுற்றொடு
பொடியடிற் புறந்தந்த செய்வுறு கண்கிணி" (கலி – 85)"
என்னும் வரிகள் புலப்படுத்துகின்றன.

பொன்னை நெருப்பினில் உருக்கி அதனுள் மண்வைத்து கலை நயத்துடன் அணிகலன்கள் செய்தனர் என்பது,

"மாண உருக்கிய நன்பொன் மணியுறீ" (கலி – 117)
இவ்வரியால் தெரிகிறது.

பொற்கொல்லர் தயாரிக்கும் அனைத்தும் (கருவியில்) இருந்து வடிவம் பெறுபவை. இவை பொற்கொல்லர் கையை விடுத்து செல்லும் போது தாமரை இதழ் வைத்தே முன்பு செல்லும்.. இதுவே பின்னாளில் இளஞ்சிவப்பு நிற தாளில் பொன் பொருட்கள் சென்றது..

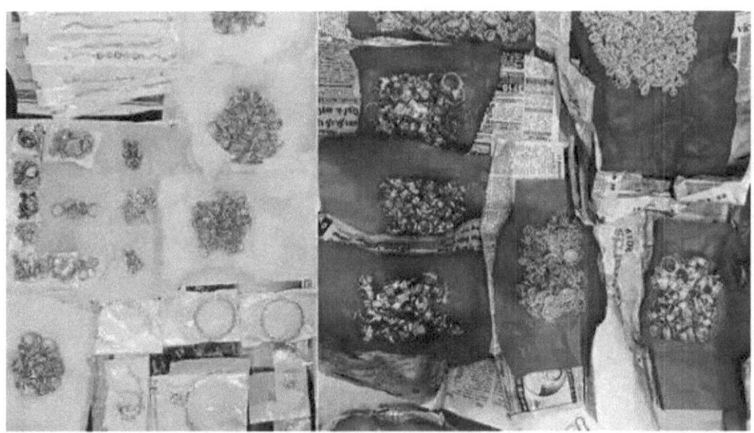

இதனை பத்மநாபன் சுவாமி (**கோகயநாயன்**) நாபியில் இருக்கும் தாமரை கொல்லர்கள் என்னும் ஆச்சாரியை குறித்ததுவே.. இந்த கருவறை குறித்த குறியீட்டினை **கொரியாவில்** நீங்கள் காணும் இளஞ்சிவப்பு நிற இருக்கை கர்ப்பிணி பெண்களுக்கு என இன்றும் ஒதுக்கப்பட்டுள்ளது..

கிமு 206 இல் **லியு பேங்** என்ற பொதுவானவர் ஆன் வம்சத்தின் முதல் பேரரசராக ஆனபோது , இது 400 ஆண்டுகளுக்கும் மேலான ஒரு காலகட்டத்தின் தொடக்கமாகும், இது பதிவுசெய்தல் முதல் **விவசாயம் முதல் பாதுகாப்பு வரை** எல்லாவற்றிலும் முன்னேற்றத்தால் குறிக்கப்பட்டது.

"அறிவியல் மற்றும் தொழில்நுட்பத்தில் பெரிய கண்டுபிடிப்புகள் மற்றும் முன்னேற்றங்கள் இருந்தன" என்று மாண்ட்ரீலில் உள்ள மெக்கில் பல்கலைக்கழகத்தின் வரலாறு மற்றும் செம்மொழி ஆய்வுகள் துறையின் ஜேம்ஸ் மெக்கில் பேராசிரியர் ராபின் டி.எஸ். யேட்ஸ் விளக்குகிறார். "**எல்லா கண்டுபிடிப்புகளையும் போலவே, இவற்றில் சில பிற்காலத்தில், சில சமயங்களில் மிகவும் பின்னாளில் மட்டுமே வந்தன.**"

திருமாறனை சீன வரலாற்று ஆசிரியர்கள் கியு லியன்(KIU LIEN) என்றும் இவன் ஆன் வம்சம் (HAN DYNASTY) சீனாவை ஆண்டபொழுது அவர்களின் கட்டுப்பாட்டில் இருந்த ' சம்பா ' தேசத்தில் புரட்சி செய்து ஆட்சியைக் கைபற்றியதாகவும் எழுதிவைத்துள்ளனர் .

சம்பா (CHAMPA) என்பது தற்போதைய வியட்னாமின் ஒரு பகுதியாகும் . மன்னனின் குடும்பப் பெயர் கியு(KIU) என்றும் மன்னனின் பெயர் லியன் (LIEN) என்றும் எழுதிவைத்துள்ளனர் .

இவன் காங்ட்சாவோவின் (KONG TSAO) புதல்வன் என்றும் தெரிகிறது . தென்கிழக்கு ஆசியா முழுதும் முதல்முதலாக தொல்பொருள் ஆராய்ச்சி நடத்திய பிரெஞ்சுக்காரர்கள் ஸ்ரீமாறனும், கியு லியானும் ஒருவர்தான் என்று உறுதிசெய்துள்ளனர் . கி.பி. 137 ல் சீனர்களை எதிர்த்துக் கலகம் துவங்கியது . ஆனால் கிபி 192 ல்தான் ஸ்ரீ மாறன் ஆட்சி ஏற்பட்டது .

அதே போல் **கொரியாவில்** இரும்பு தொழில்நுட்பம் கிம் சுரோவின் ஆட்சியில் அசுரவேகத்தில் வளர்ச்சி வந்த போதும்.. வேளான் உபகரணங்கள் கற்களிலும் மற்றும் சமைக்கும் அடுப்பு மண் அடுப்பு என மாறாமல் தமிழகத்தின் செட்டிநாட்டு சாயலில் மண் மனம் மாறாமல் உள்ளது..

கோழி அடைக்கும் பஞ்சாரம் கைப்பிடி உள்ள அளவை படி, ஆட்டுக்கல், உலக்கை, திருகை, கிண்ணிகள், வெண்கல தட்டுகள், தின்னை வைத்த வீடு என வீட்டின் அமைப்புக்கள் தமிழகம் போல் இருக்கிறது..

தட்டாங்கல் ஆட்டம் ஒரே மாதிரியான உருண்டையான சிறு கூழாங்கற்களைக் கொண்டு பெரும்பாலும் சிறுமியர் விளையாடும் விளையாட்டு 90களில் முன் பிறந்தவர்கள் அனைவரும் ஆடிய ஆட்டம் இது. **இது மதுரை சிவகங்கை பக்கம் பாண்டிக்கல் என்றும் அழைக்கப்படும்.**

இந்த விளையாட்டு வெவ்வேறு ஊர்களில், வெவ்வேறு எண்ணிக்கையுள்ள கற்களைக் கொண்டு விளையாடப்படுகிறது. தேவையான சிறு கூழாங்கற்கள் மட்டும் போதும்.

எப்படி விளையாடுவது என்றால்

கற்களை கீழே போட்டுவிட்டு ஒரு கல்லை எடுத்து மேலே எறிந்து, அது கீழே விழுவதற்குள் கீழே இருக்கின்ற கல்லை ஒன்று, இரண்டு, மூன்று என்ற முறைப்படி எடுக்க வேண்டும்.

ஒன்னான், ரெண்டான், மூணான், நாலான் என்று விளையாடிய பின் ஒரு கல்லை புறமுன்கையில் வைத்து (உள்ளங்கையின் எதிர்புறம்) அந்தக் கல் கீழே விழுந்து விடாமல் விரல்களை மடக்கி மற்ற கற்களைப் பிடிக்க வேண்டும்.

பின்பு ஐங்கல்லையும் போட்டுப்புறங்கைமேல் தாங்கி, அவற்றுள் எதிரி பிடிக்கச்சொன்ன கல்லைப் பிறவற்றுடன் மேலெறிந்து பிடித்துக்காட்டல் வேண்டும். இவ்வாறு விளையாடினால் பழம் பெற்றவராவார். மீண்டும் முதலிலிருந்தே தொடர வேண்டும். மேலே எறிந்த கல்லை தவறவிட்டால், மற்றொருவர் ஆட்டத்தை தொடரலாம்.

ஏன் தட்டாங்கல் ஆட வேண்டும் என்றால் **தட்டாங்கல் விளையாட்டின் மூலமாக பிடிக்கும் திறன் மேம்படுகிறது. கையும், கை நரம்புகளும் வலுப்பெறுகிறது.**
விரல் நரம்புகள் செயல்படுவதால் இரத்த ஓட்டம் அதிகரிக்கும். தன்னம்பிக்கை மேம்படும்.

நவீன காலத்தில் உள்ள குழந்தைகளுக்கு தட்டாங்கல் என்று ஒரு விளையாட்டு இருப்பதே தெரியாது.

ஆனால் இதனை கொரியாவின் பாரம்பரிய விளையாட்டு என்று தமிழ் நாட்டில் வாழும் பலருக்கும் தெரியாது.. **இதனை திரு.ஒரிசாபாலு மற்றும் நா.கண்ணன் அவர்கள்** இங்குள்ள இந்த ஆட்டம் கொரியா மற்றும் தமிழக மக்களின் 2000 ஆண்டுகள் தொடர்பை ஏற்படுத்தி இருப்பதை சான்றாக பதிவு செய்கின்றனர்..

தூரமாக சட்டி வைத்து அதில் குச்சியை சட்டியில் விழ வைப்பது.. **தூரி ஆடும் ஊஞ்சல்** என இதன் பட்டியல் **கொரியாவின் பாரம்பரிய விளையாட்டு** தமிழர்களின் பாரம்பரிய பல விளையாட்டுகளை நினைவு கூர்ந்து வருகிறது..

முன்பெல்லாம் ஊருக்கு வெளியே ஆலமரத்தில் கயிற்றில் ஊஞ்சல் கட்டி பெண்கள் ஆனந்தமாக ஆடி மகிழ்ந்தார்கள். அதன் பின்னர் படிப்படியாக ஊஞ்சல் கட்டி ஆடுகின்ற பழக்கம் குறைந்து விட்டது. மரங்களையேத் தேடிக் கொண்டிருக்கும் காலத்தில், ஊஞ்சலுக்கு எங்கே போவது என்கிற நிலை தான். முன்பெல்லாம் ஊருக்கு வெளியே ஆலமரத்தில் கயிற்றில் ஊஞ்சல் கட்டி பெண்கள் ஆனந்தமாக ஆடி மகிழ்ந்தார்கள்.

அதன் பின்னர் படிப்படியாக ஊஞ்சல் கட்டி ஆடுகின்ற பழக்கம் குறைந்து விட்டது. மரங்களையேத் தேடிக் கொண்டிருக்கும் காலத்தில், ஊஞ்சலுக்கு எங்கே போவது என்கிற நிலை தான்.
இப்பொழுதும், வீட்டில் பெண்களுக்கு அதிக மகிழ்ச்சியைத் தரக் கூடியது ஊஞ்சல்தான். இந்த ஊஞ்சல் ஆட்டம்.. **தூரி / தூளி** என கொங்கு நாட்டு பக்கம் **இவை அழைக்கப்படுகிறது..** வீடுகளில் முற்றம் அமைக்கும் பொழுதே, ஊஞ்சல் கட்டுவதற்கென்று பழங்காலத்தில் வளைவான கம்பிகளையும் சேர்த்து வைத்தார்கள்.

ஏன் திருமணங்களில் 'ஊஞ்சல் சடங்கு' இதன் அடிப்படையிலேயே நடத்தப்படுகிறது....!!!! இந்த ஊஞ்சலில் புதுமண தம்பதிகளை அமரவைப்பது.. கோவில்களில் இருப்பது இதனை ஒட்டியே..

நேராக அமர்ந்து கைகளை உயர்த்தி இரு பக்க பிடித்துக்கொண்டு வேகமாக ஆடும் போது முதுகுத்தண்டு நேராகுமாம் ரத்த ஓட்டம் படர்ந்து மூளை சுறு சுறுப்பாகிறது.

பழங்காலத்தில் எல்லா வீடுகளிலும் வரவேற்பறையில் ஊஞ்சல் கட்டி வைத்திருப்பார்கள். வீட்டுக்குள் வரும் தேவதைகள் ஊஞ்சலில் ஆடப் பிரியப்படுவார்கள், ஊஞ்சலில் ஆடி நல்லது செய்வார்கள் என்பதும் நம்பிக்கை.

சுப காரியங்களைப் பற்றி பேசும் போது ஊஞ்சலில் உட்கார்ந்து பேசுவதும் வழக்கமாக இருந்தது. இல்லத்திற்கு அழகு சேர்க்கும் கலைப்பொருட்களில் ஊஞ்சலும் ஒன்று.இதை ஒரு தெய்வீக

ஆசனம் என்றும் கூறுவர்.வீட்டின் முகப்பில் ஊஞ்சல் வைத்ததும் திண்ணை வைத்ததும் தமிழனே..

குழல் ஊதி ஊஞ்சலில் ஆடிய கோவியர்கள் குமரியின் ஆய் நாட்டில் தான்

முத்துச்சிவிகை முத்துக்களால் அலங்கரிக்க பட்ட பல்லாக்கு இதனை அரச குலத்தினர் பயணத்திற்கு பயன்படுத்தினர்.. இவை ஆய் நாட்டு கட்டு வள்ளத்தில் ஏறி நகர்ந்ததுவே இன்றைய கேரள படகு வடிவங்கள்..

இந்த வள்ளம் 70 அடி நீளமும் படகின் நடுப்பகுதியில் 15 அடி அகலமும் கொண்டிருக்கின்றன. இப்படகுகள் பொதுவாக அஞ்சிலி மரத்தைக் கொண்டு செய்யப்பட்டு இருக்கும். வணிகர்களின் உள்நாட்டு நீர்வழிப் போக்குவரத்திற்கு இவை பெரிதும் பயன்பட்டன. பெரும்பாலும் குட்டநாட்டுக்கும் கொச்சி துறைமுகத்துக்கும் இடையே பொருட்களைக் கொண்டு செல்ல இவை பயன்படுத்தப்பட்டன.

இதே இதில் 99 அடி நீள வள்ளம் தங்க நாடாக்கள் கொண்டு அலங்கரிக்கப் பட்டிருக்கும். ஒன்றோ இரண்டோ முத்துசிவிகைக்கு பதிலாக முத்துக்குடைகள் மற்றும் ஒரு கொடியும் வள்ளத்தில் காணப்படும்.. ஒவ்வொரு படகும் ஒரு கிராமத்திற்கே உரித்தானது. ஊர் மக்கள் அந்தப் படகினைக் கடவுளாக வணங்குவர்.

அயனி மரத்தில் செய்யப்பட்ட இந்த வள்ளங்களியை சுண்டன் வள்ளம் என்று இன்றைய மலையாளத்தில் அழைக்கின்றனர்.. வள்ளங்களி என்பது படகு விளையாட்டு சொல்ல போனால் ஒரே நேரத்தில் ஒரு படகில் நூறு பேர் இருப்பார்கள்.. இவ்வாறு பல்வேறு நூறு நபர்கள் கொண்ட அணிகள் பங்கேற்கும் ஒரே போட்டி இவ்வுலகிலேயே இந்த போட்டி தான்..

மகாபாரதம் சொன்ன கௌரவர்கள் என்னும் கௌரியர்கள் நூறு பேரும் ஆய் நாட்டு பாண்டியர்கள் ஆன இவர்களே.. குறிப்பாக இது ஆவணி மாதம் வரும் ஓணத்திருவிழா தமிழில் ஐந்தாவது மாதம் என்றாலும்.. இவை சீனாவின் ஐந்தாவது மாதத்தில் டிராகன் படகு திருவிழா இதை போல் இருக்கிறது.. ஆனால் இங்கே இவை செப்டம்பர் என்ற ஒன்பதாம் மாதத்தை குறித்ததுவே.

சீன நாட்காட்டி 9 மாதம் 9நாள் இதன் நினைவு கூறுவதே..

இதுவரை தமிழகத்தில் இருந்து சீனா கொரியாவுக்கு சென்றதை நாம் பார்த்தோம் ஆனால் சீனா கொரியாவில் இருந்து தமிழகத்திற்கு வந்தது புட்டு என்றால் அனைவருக்கும் அது வியப்பாகத்தான் இருக்கும்...

இன்னும் கிராமங்களில் இட்லி தோசை புட்டு அப்பம் கொழுக்கட்டை ஆகியவை பலகாரம் என்றே அழைப்பர்.. சொல்லப்போனால் இது பணிகாரம்.. நமது பணியாரம் தான்.. இவைகள் தொடுகறி

உள்ள உணவுகள்.. இந்தப் படகு திருவிழாவில் சீனர்கள் அரிசியை இலையில் சுற்றி கொதிநீரில் இட்டு கொலையை விட்டு அதனை இலையிலிருந்து நீக்கி கேக் போன்று எடுத்ததை.. இன்றோ நாம் துணியில் அரைத்த மாவை ஊற்றி இட்லி என்றும் கல்லில் ஊற்றப்பட்ட மாவு தோசை அப்பம் என்றோம்..

இதற்காக வடிவமைக்கப்பட்ட இட்லி குண்டானை இன்றும் உணவு சமைக்க கொரியாவில் இருப்பது மேலும் ஒரு சான்று..

திரு.கண்ணன் அவர்கள் கிம் சுரோ அவர்களின் மூதாதையர் வரலாறு சம்கூக் யூசா கதையில் கூறும் புலி கரடி கதை அதில் வரும் கரடி பாண்டியர்கள் என்ற சீனாவின் பாண்டா என்பது தான்.. **வடநாட்டு பங்காளிகளின் கைவண்ணத்தில் நம்மை மனிதர்களாக கட்டத் மனமில்லாதவர்கள் கிருஷ்ணன் மனந்த பாண்டா யார்..**

கொரியா இளவரசி Heo Hwang ok இதில் **Hwang ok** என்பது நமது **செம்பவளம்** என்று **திரு.நா.கண்ணன் மற்றும் திரு.ஒரிசாபாலு** அவர்கள் கூறிய பல சான்றுகளுடன் இங்கே நாம் பார்த்தாலும்..

இதில் Heo என்பது அவர்கள் குடும்ப வழியாக வழியாக வரும் குலப் பெயர். **கௌரி (செம்பவளம்)** யார் என்று பார்க்கும் முன்பு இந்த பாண்டியர்கள் பற்றியும் நாம் அவசியம் காணவேண்டும்.. பாண்டா என்பது கரடியை குறிக்கும்.. இதில் மட்பாண்டம் என்பது மண்பானையை குறிக்கும்.. இந்த கரடி முகம் வடிவில் உள்ள பானையை வைத்தே கரடிக்கு பாண்டா என பெயரிடப்பட்டது..

பண்டையன்- பாண்டன்-பாண்டியன் என்பதும் மண்பானை குறித்த வேளார் மற்றும் வேளிர் குல மக்களே.. இந்த சட்டியை வணிகம் வாணிகம் செய்தவர்களே இன்றைய செட்டிநாட்டு மக்கள்

திரு.நா.கண்ணன் அவர்கள் கூறிய சம்கூக் யூசா புத்தகத்தின் கதை நம் சாம்பாவன் சாம்பவதி கதையில் வரும் **கிருஷ்ணன்-சாம்பவதி** திருமண கதையை போன்று என்று பதிவு செய்தார்..

அதே போல் **மகாவம்சம்** கூறும் விசயனின் வருகை ஆய் நாட்டு **கிருஷ்ணன்** வருகை என்று பார்த்தோம்..

ஆய் நாட்டுக்கும் பாண்டிய நாட்டுக்கும் என்ன தொடர்பு என்பதை இப்போது பார்ப்போம் ருக்மணி (இலக்குமி வடிவான - வேடுவ பெண்) என்னும் கிருஷ்ணன் மனைவி என்பது விசயனின் குவேனி - ருக்மணியே

விசயன் குவேனி (வேடுவ பெண்) இல்லாமல் பாண்டியன் மன்னன் மகளை மணந்தான் என்றதும் ராதையே (சாம்பவதி)

ஆயர் குலம் முல்லை நிலத்து இடையர்களாக கால் நடை வளர்ப்பவர்கள் மற்றும் இவர்களே சந்திர குலத்தை சேர்ந்த அரசர்கள் ஆவர்.

இது புராணங்கள் வாயிலாக நமக்கு பல்வேறு முடிச்சு போடப்பட்டு கொடுத்தாலும்.. **துவாரகை** என்ற தலைப்பில் இதனை விரிவாக பார்ப்போம்..

இடையர்கள் வீடுகளில் உள்ள அடுக்குபானை **மட்பாண்டம் வரலாறு** என்பது இன்றைய **கீழடி** க்கும் முந்தையது.. இந்த **மட்பாண்டம் செய்யபடும்** இந்த **இடமே** கும்ப கரா ,குலாகரா ,குடா கரா ,குசா கரா, குய கரா, *கயா கரா* கட கரா என்பவை..

இன்றைய கொரியா வின் இரும்பு அரசன் என்ற கிம் சுரோ மணந்தது பாண்டிய நாட்டு இந்த குலாலர் இளவரசியை தான்.. இவர்களுக்கு இங்கே கொடுக்கப்பட்ட பட்டமே Heo - **கோ** இது தூய தமிழ்ச்சொல்..

கயாகரா என்பது கயா என்ற இன்றைய கொரியா குயக்கூடாரமே..

இங்கிருந்து பானை கொரியா சென்றது என்றால் நம் பாண்டிய பொங்கல் தைபூரம் (Daeboreum) என்ற தை மாதம் பௌர்ணமி நாளில் போகி பொங்கல் போலவே கொண்டாடப்படுகிறது..

கருப்பு சிவப்பில் பாண்டா (கரடி) முகவடிவில் செய்யப்பட்ட பாண்டியர்கள் பானை என்பது தனி முத்திரை.. இன்னும் பானைகளில் அவை உருவமாற்றம் இருப்பின் பானையின் அடியில் காலப்பகுதி வைத்து கரடி முகத்துடன் அனுப்புவர்.. இவை பானையின் தரத்தை குறித்தது. இன்றும் அதே பாண்டா வடிவில் பாத்திரங்கள் வடிவமைக்கப்படுகிறது (அண்டா / குண்டா)

நம்ம வடநாட்டு பங்காளிகள் ஆய்நாட்டு பாண்டிய கோ அவர்களை கரடியாக காட்டியது போல்.. குரங்காக காட்டிய மற்றொரு குலமே **கருமன்.**

கிம் சுரோவின் மூதாதையர் "Dangun Wanggeom" நிச்சயம் ஒரு கருமன் அரசன். இதில் இரும்பு காலம் என்பது பின்னால் சுரோ அவர்கள் ஆட்சியில் வருகிறது.. அதற்கு முன் கைவினைஞர்கள் தயாரித்த தச்சர் பொருட்கள்..

முக்கியமாக கொளரியாவில் இவர்கள் வரலாறு தை/ தைத்தல் என்னும் வினையின் கீழ்ப் பிறந்த சொல்லே - தச்சர்.

தை - தைத்தல்.
தைத்தல் - தைத்தன். (தைக்கும் வேலை செய்பவர்).
தைத்தன் - தைச்சன் - தச்சன்.

பாவல் என்னும் செருப்பு பாண்டியர்கள் கைவண்ணத்தில் உலகம்முழுக்க சென்றது.. இதனை கொரியாவின் இன்னும் பூகட்டுவது சடை பின்னல் போல் பின்னுவது தமிழகத்தின் தென்னைநாரில் கயிறு திரிப்பது போல் திரித்து கட்டுவது..

கொரியாவின் பெண்கள் திருமணத்தின் போது கொண்டையிட்டு குஞ்சம் வைத்திருக்கும் முறையும் மீனாட்சியம்மன் சரிவு கொண்டை குஞ்சம் வடிவமே இதனை இன்னும் மலையாள நாட்டின் பெண்கள் இடும் முறையே..

சந்தனமர எண்ணெய் அல்லது '**நீர்ம தங்கம்**' என அழைக்கப்படுவது பல ஆண்டு காலமாக ஆய் நாட்டுக்கு உரிய புகழ் பெற்ற வாசனைத் திரவியமாக உள்ளது. சந்தன மர வேர்கள் மற்றும் கட்டைகளிலிருந்து எடுக்கப்பட்ட எண்ணெய் உலகமுழுவதும் சென்றது..
ஆய் நாட்டு பாண்டியர்கள் கைவினை பொருட்கள் சந்தன மரங்கள் மூலமாக செய்யப்படுபவை..

கைவினைப் பொருட்கள் கடைகளில் இத்தகைய சந்தனச் சிலைகள் வெவ்வேறு இன்றும் கேரள கிடைக்கின்றன. இந்த கலை பொருட்களில் வடிவம், இதில் காணப்படும் உணர்வுகள், இதில் கலக்கப்படும் பொருட்களின் கலவை விகிதம், கட்டையின் மதிப்பைக் கூட்டும் படியாக சேர்க்கப்படும் தங்க வண்ணம் ஆகியவை ஆய் நாட்டு பாண்டியர்கள் கைவினைஞர்களின் திறனுக்கு நல்ல எடுத்துகாட்டாகும்.

சந்தனக்கட்டை அதன் மணத்தை அதிக ஆண்டுகளாக தக்கவைத்துக் கொள்ளும். அந்தப் பொருளின் மீது நீர்த்தெளிக்கும் போது அதன் மணம் பல நாட்களாக அறை முழுவதும் வந்து கொண்டே இருக்கும். இதன் காரணமாகவே பாண்டியர்கள் கைவினைஞர் பொருட்கள் கடல் தாண்டி கொடி கட்டி பறந்தது எனலாம்..

சமஸ்கிருதம் இராமாயணத்தில் சந்தனக்காடு என குறிப்பிடப்படும் ஒரே இடம் இந்த அகத்தியர் மலை உள்ளடக்கிய தென் பகுதியே.. அதே போல் அன்னம் பறவை அதிகமாக இருக்கும் இடமும் பொதிகை மலையே..

இன்னும் கொரியாவில் திருமண தம்பதிகள் இரண்டு அன்னப்பறவை மர பொம்மைகள் கடவுளாக வணங்கி திருமண உறுதி எடுப்பது.. சுரோவின் இரும்பு காலத்திற்கு முன் இந்த சந்தன காடுகளை ஆண்டது ஆய்நாட்டு பாண்டியனும் கிம் சுரோ அவர்களின் முதாதையர் "Dangun Wanggeom". பொலிவுப் பொருள்படும் 'பொன்' - என்ற சொல் முதலில் தங்கத்தைக் குறித்தமைந்து - பின்னர் இரும்பொன், செம்பொன் எனப் பிற மாழைகளையும் குறித்த பொதுப் பெயரானது.

அதே போல, கொல் - என்பதும் முதலில் தங்கத்தையும், பின்னர் இதுவே இரும்பையும் குறித்த சொல்லும்
கொல் - என்றால் பொன் மற்றும் கொல் - கொல்லம் / கொல்லர்.

தொடக்கத்தில் தங்க நகை செய்பவரே கொல்லர் எனப் பெயர் பெற்றார்.கொல்லர் என்றால் "பொன்னைக் கையாளுபவர்" என்ற பொருள்.

பிற்காலத்தில் கொல்லர் என்ற சொல் இன்னும் விரிவடைந்து அனைத்து மாழை வேலை செய்பவருக்கான ஒரு பொதுப்பெயராய் ஆன பின், இரும்பு உருக்கும் வேலை செய்பவர் கொல்லர் என்றும், பொன், வெள்ளி போன்ற விலையுயர்ந்த அணிகலங்கள், ஆபரணங்கள் செய்பவர்கள் 'பொற்கொல்லர்' எனவும் அழைக்கப்பட்டனர்.

கொல்(பொன்) + இசை + அணி - **கொலிசையணி** என்பது நம் தமிழ் பெண்கள் காலில் அணியும் **கொலுசு**. அவை இன்னும் கொரியாவில் அருங்காட்சியகத்தில்.

தமிழக நிலப்பரப்பில் முழுவதும் இந்த காலகட்டத்தில் பரந்து விரிந்து ஆட்சி செலுத்தி ஆய் நாட்டு வேளிர்களை விழ்த்தி அதுவும் கடல்வழியில் வணிகத்தில் கொடிகட்டி பறந்தவன்.. அது பசும்(பொன்)பூன் பாண்டியன் தான்.. பசும்பொன் என்றால் சொக்க தங்கத்தையே குறிக்கும்.. கிம் சுரோ என்னும் மன்னன் கிம் என்ற குல பெயரும் பசும்பொன் என்ற பொற்கொல்லர்களை குறித்ததுவே.

சந்தனம்காடு ஆண்ட ”Dangun Wanggeom” இவரே பசும்பொன் பாண்டியன்.

அதே போல் பண்டைய தமிழகம் முழுவதும் பசும்பொன் பாண்டியன் இவனது ஆட்சிக்கு உட்பட்டிருந்தது. சேரர் சோழர்கள் கூட ஆளவில்லை..

இவனது ஆட்சிக்கு உதவியாக 'நாற்பெருங்குழு' வைத்திருந்தவன் இந்த பசும்பொன் பாண்டியன்.

ஐம்பெருங்குழுவாக ஐந்து அரசர்களை வைத்துக்கொண்டு அரசாண்டவன் இந்த பசும்பொன் பாண்டியன் இந்த பசும்பொன் பாண்டியன்.

முக்கியமாக பாண்டிய மன்னர்களில் கண்ணுள் வினைஞர் (ஓவியர்), கம்மியர் முதலான கலைஞர்களைப் போற்றியவன் இந்த பசும்பொன் பாண்டியன்.

மதுரையில் 'ஓண நன்னாள்' (திருவோணத் திருநாள்) பத்துநாள் கொண்டாடியவன் இந்த பசும்பொன் பாண்டியன்.

இவருக்கு பின்னர் வரும் இளம் பெருவழுதி கடற்கோளில் காணாமல் போனதாக கூறியிருப்பது கிம் சுரோவே.. வரலாற்று பக்கங்களில் காணாமல் களப்பிரர்கள் இருண்ட காலம் தமிழக நிலப்பரப்பின் வெளியே கடல் தாண்டி உள்ளது..

Heo Hwang ok யார் ஆய்நாட்டின் எந்த பகுதியில் இருந்து சென்றுள்ளார் என்பதை நாம் கண்டறிய வேண்டும்.. இன்றைய நிலப்பரப்பில் குலத்தொழில் கைவிட்டோர் அதிகமாக உள்ளனர்.. அதே வேளையில் கிளைகளாக தோன்றிய சாதிய அடுக்குகள் அடையாளம் பல மாறியே உள்ளன.. ஆனால் மாறாமல் இருப்பது மண்ணின் மனம் எனலாம்..

இங்கே பல்வேறு கிளைகள் பல்வேறு மொழிகள் பல உட்பிரிவுகள் என அடையாளம் இல்லாத போதும் ஏதோ ஒன்று ஒன்றை ஒன்று தொடர்படுத்தி உள்ளதை உணரலாம்..
இனி வருபவை கொரியா பற்றிய செய்திகள் அல்ல தமிழகத்தில் மதுரைக்கு கிழக்கே அமைந்துள்ள மானாமதுரை..

இந்த இடத்தில் 2000 ஆண்டுகளுக்கு முன்பு சாதியில்லை ஆனால் தொழில் சார்ந்த குடிகள் இருந்தது.. இவர்களுக்கு ஒரு தொழிலை விடுத்து மற்றொரு தொழில் செய்வது என்பது காலமும் தழ்நிலையில் பொருந்ததுவே.. ஏன் என்றால் அவர்களுக்கு மாற்று தொழிலோ மற்றவர்கள் தொழிலை தொடங்குவது எளிதானதல்ல..

ஒரு தொழிலை அவ்வளவு எளிதில் சித்தர்கள் அல்லது தொழில் சார்ந்த குலக்குருக்கள் கற்று கொடுப்பதில்லை எனக் கூறலாம். அதே வேளையில் அதில் தலைச் சிறந்தவர்கள் அவர்கள் தொழிலை செம்மை படுத்தினர் என்று தான் கூறவேண்டும்..

குயத்தொழில் இங்கு வடிவமைப்பவனும் விற்பனை செய்பவனும் ஒருவரே.. வடிவமைப்பு செய்யும் ஒவ்வொரு பொருளும் குயவர்கள் பிரம்ம **தேவனே**..

விற்பனை செய்யும் ஒவ்வொரு பொருளும் சட்டி முட்டி பாண்டங்கள் குயவர்கள் வனிகம் செய்ய தெரிந்த **செட்டிநாட்டன்**..

இவர்கள் பானை உணவு சமைக்க மட்டும் அல்ல உணவு பொருட்களை சேகரிக்க பாதுகாப்பு பெட்டகம் எனலாம் அடுக்கு பானை சேமித்த நகை முதல் தானிய விதை வரை கருவூலமே குயவன் **உடையானே**..

கற்களில் சிலை வடிப்பதற்கு முன்னரே களிமண்ணை உருட்ட கற்று கொண்டவன் இங்கு சிலையை வடித்தவரும் அச்சிலையை அலங்கரித்து பூசை செய்யும் குயவன் **பண்டாரன்**..

கால்நடைகள் வளர்ப்பு குயவனின் களிமன்னை மதித்துப் எடுப்பதற்காக அதே வேளையில் கால்நடை இறந்தால் அக்கால்நடைகளுக்கு வடிவமைப்பு செய்து அதனை கோயிலாக மாற்றிய குயவன் **கோனான்**..

இவர்கள் குல தொழிலை தாங்கிய அடைமொழி பெயரே **கோ /வேற்கோ / வேளார்/ வேளிர்** என குறிப்பிடப்படும் இவர்கள் குயவர்களே.. இவர்கள் இப்போது கிளைகளாக பல்வேறு பிரிவுகளாக இருந்தாலும் இவர்களை **ஒன்று சேர்க்கும் இடமே மானாமதுரை**..

இந்த மானாமதுரை சுற்றி உள்ள பகுதிகளில் தன்னை விட வயது முதிந்தோரை ஆய்ச்சி/ஆச்சி என கூறுவது இவர்கள் இடையர்கள் நிலமான முல்லை நிலப்பரப்பில் இருந்து வந்தவர்கள்.. முக்கியமாக இந்த நிலப்பரப்பு தமிழகத்தின் உணவுக்கு பெயர் போனது அதிலும் **ஊறுகாயின்** பிறப்பிடம் இங்கிருந்து தான்..

மிளுக்கு இன்றைய கேரளம் என்றால் உரப்பை தரும் (**மிளகுகாய்**) மிளகாய் விளைவது இந்த மானாமதுரை சுற்றிய நிலப்பரப்பில் தான்.. இங்கே கொழுக்கட்டை ஒவ்வொரு திருமணத்திலும் வைக்கப்படும் அதே போல் கடைசி பிள்ளை திருமணத்தில் ஊறுகாய்க்கு பக்கத்தில் கடலை உருண்டை அல்லது பொறி உருண்டை வைப்பர்..

இங்கே அம்மிக்கல் ஆட்டுக்கல் உரல் திரிகை இல்லாத வீடும் கிடையாது ஊரும் கிடையாது.. மலையில் கூட குடைந்து உருவம் கொடுக்கப்பட்டு இருக்கும்..

குயவர் இறந்தால் நீர்எடுத்து நீர்கலயத்தை கிழக்கு நோக்கி **ஐயோ அம்மா** அல்லது **ஐயோ அப்பா** என்று எறிந்து வீசி உடைப்பது..

இவர்கள் எங்கிருந்து இங்கு வந்தார்கள் என எடுத்தால் மானாமதுரை க்கு முந்தைய பெயர் **வானவன் வீரமதுரை** படைக்கும் பிரம்மன் வானவனே.. சேரனும் வானவனே..
தாமரை **வருணி** தாமரையில் வீற்றிருக் பிரம்மச்சாரி குயவனே.. தாமிரவருணி - தாமிரபரணியே முன்னாளில் குயவர்கள் அதிகமாக வாழும் பகுதி (இலங்கையும் பொதிகைமலை பகுதியும்) **ஆய் நாட்டு பாண்டிய இளவரசி செம்பவளம்** பிறந்தது தாமிரபரணி கரையில் **செம்பக பொழில்லே**..

அடுக்கு கல் படிக்கட்டு போல் அடுக்கி அதன் மேல் சூல வழிபாடு முன்னோர் இறந்த இடமான மாடமே..

ஆய் நாடு மண்ணில் இருந்து கயா செல்வது அவ்வளவு எளிதில்ல.. முக்கியமான சம்யூக் யூசா கதை பல தரவுகளை உள்ளடக்கம் செய்து தந்துள்ளது..

குறிப்பாக கயா கரையில் இருப்பவரிடம் **உன் மன்னனை வந்து அழைத்துச் செல்ல சொல்** என்று தோராணையான செம்பவளத்தின் பேச்சு கிம் சுரோவுக்கு புரிந்து உள்ளது மற்றும் கயா கரையில் நிற்பவர்களுக்கு புரிந்திருப்பது கயா நாட்டில் உள்ளவர்கள் தமிழ் மொழி நன்றாக தெரிந்தவர்கள் என எடுத்து கொள்ளலாம் அல்லது செம்பவளத்திற்கு அன்ங்குல் மொழி நன்றாக தெரியும் என்று தான் எடுத்து கொள்ள முடியும்..

இதில் எதற்கு வாய்ப்பு அதிகம் என சம்கூக் யூசா கதை மூலமே பார்ப்போம்..

மேலும் அவள் பெயருக்கு பொருள் கேட்டதும்.. செம்பவளம் பூவையும் மணியையும் காட்டியது.. இதில் இருந்து செம்பவளத்திற்கு அவர்கள் பேசும் மொழி தெரியவில்லை என்று உறுதி செய்யப்படுகிறது..

ஆய் நாட்டில் இருந்து வந்த 7கற்களோடு வருகிறாள் முக்கியமாக அவர் எடுத்து வரும் கற்கள் பொக்கிஷமானது.. அது கப்பலிற்கு உள்ள கல் என்றால் அதனை கப்பலை விட்டு வெளியே எடுத்திருக்க மாட்டார்கள்.

ஆனால் அவை செம்பவளத்தின் மூத்தாதையர்கள் வட்டக்கல்லில் எடுத்து வரப்பட்ட 7 கல்.. இதனை இன்னும் தொலைதூரத்தில் உள்ள குலதெய்வம் கோயில் கற்களை நாம் இருக்கும் இடத்திற்கு கொண்டு வந்து அங்கே அந்த கற்களுக்கு பூஜித்து வணங்குவதை வழக்கத்தில் உள்ளது..ஆக செம்பவளம் கொண்டு வந்தது மாடம் அமைக்கும் கற்களே..

ஆம் செம்பவளம் ஆய் நாட்டில் இருந்து வெளியேறும் போது தெரியும் திரும்பி அவள் ஆய் நாட்டுக்கு வரமுடியாது என்று.. சோழனின் படை துவம்சம் செய்த பூமியில் **தந்தை மரணமும் தாய் மரணமும் கண்டு உற்றார் உறவினர் இழந்து** தன் தமையன் மற்றும் தாயின் பணிப்பெண்களுடன் கயா நோக்கி புறப்படுகிறாள் **செம்பவளம், அவள் கழுத்தில் அணிந்து இருந்தது மகரதம் பதித்த கயா நாட்டில் தாயரித்த கனகம் மாலை ..**
மஞ்சள் நிறம் பூ வை காண்பித்து அதிலுள்ள மகரத கல் போல் மஞ்சள் நிற கற்களை குறித்தது என் பெயர் **செம்பவளம்**

அதே போல் செம்பவளம் கழுத்து அணிகலனில் பதித்த அதே மகரதம் கல் அவர் கயா நாட்டு அரசியின் கிரீடத்திலும் பொறிக்கப்பட்டுள்ளது..

பகைவரை வெல்வேன், வெல்லாவிட்டால் இன்னது நிகழட்டும் என்று பூதப்பாண்டியன் பாடிய பாடல் ஒன்று புறநானூற்றில் உள்ளது. இந்தப் போரில் அவன் வெற்றி கண்டான். எனிதும் அவன் பின்னர் மாண்டான். அப்போதுதான் அவன் மனைவி பெருங்கோப்பெண்டு அவனது உடல் எரியும் தீயில் தானும் விழுந்து உயிர் துறந்தாள்.

கோ பெருங்கோப்பெண்டு கணவனை இழந்து தீப்பாயச் சென்றபோது நேரில் கண்ட புலவர் பேராலவாயார் என்னும் புலவர் பெருங்கோப்பெண்டு இளமையுடன் இருந்ததைக் குறிப்பிடுகிறார். - புறம் 247

இதே ஆய்நாட்டில் அதற்கு பின்னர் மீண்டும் சோழன் காலடி வைத்தது ஆயிரம் ஆண்டுகளுக்கு பின்னர் இராசராச சோழன் இராஜேந்திரன் சோழன் காலத்தில் தான்..

ஓணத்திருவிழா நான்காம் நாளில் முக்கியமாக ஏன் புலி ஆட்டம் ஆடுகிறார்கள் என்பது மர்மமாக இருந்தாலும்.. சீனாவில் நான்கு என்ற எண்ணை தவிர்க்கிறார்கள் என்பதும் நான்கு அழிவின் எண்ணாக கருதுகிறார்கள்..

முக்கியமாக இந்த புலியாட்டம் புலியின் முகமூடியுடன் ஆண்கள் மட்டுமே ஆடும் நடணம் **புலிகளி**..

ஓணம் திருநாள் மறைமுகமாக கொரியாவில் முகமூடி விழாவாக பத்து நாட்கள் கொண்டாடப்படுகிறது..

இந்த கொரியா மற்றும் தமிழகத்தின் உறவு செம்பவளம் என்று குமரிமுனையிலோ அல்லது பொதிகை மலை (தென்காசி) யிலோ இனி வரும் காலங்களில் அவள் வீற்றிருக்க ஒவ்வொரு தமிழனும் முயற்சி செய்ய வேண்டும்..

<u>ஆய் நாடும் இளவரசி செம்பவளமும்</u>

உலக தமிழ் பாராளுமன்ற குழுவில் நான் பகிர்ந்த தகவல்கள் தொகுத்து இங்கே தருகிறேன்.

செம்பவளம் 16 வயதில் தமிழ்நாட்டில் இருந்து 8வார கடல் பயணம் வழியாக செல்கிறார். கிம் சுரோ கயா ராஜ்ஜியத்தின் மன்னனை மணந்து 12குழந்தைகள் பெற்றெடுத்துள்ளார்.

2020ல் 16வயது பெண்ணாக எவ்வாறு இருப்பார் என்று யோசித்த போது கயல் பட நயாகி ஆனந்தி நினைவுக்கு வந்தார்.

கொரியாவின் பாரம்பரிய உடையும் நம் பாவாடை சட்டை போல தான்.

தமிழ் இளவரசியாக 16வயது பெண்ணாக வடிவமைப்பு செய்க ஐயா.. அதில் இடம் பெற வேண்டியது முன்று முக்கியமானவை.

1.காதில் பம்படம்

2.கழுத்தில் மணி மாலை

3.கப்பல் மற்றும் ஏழு கற்கள்

வசந்த் வெள்ளைத்துரை

இதுவே போதுமானது தமிழ் இளவரசியே கொரிய இராணி என்பதற்கு...

சூலம் அல்லது ஆயுதமோ தேவையில்லை. காதலனை காண செல்கின்ற செம்பவளம் எதற்காக சூலத்தோடு செல்ல வேண்டும்.

இந்த 2000 ஆண்டுகள் பின்னர் கடல் கடவுளாக வணங்கும் மக்களும் பின்னால் அவர்கள் உருவ வழிபாடு உடன் உற்று நோக்கும் போது.

வசந்த் வெள்ளைத்துரை

கன்னியாகுமரி பகவதி அம்மன் அல்லது கடல் தெய்வமான மணிமேகலை கூட கையில் ஆயுதம் ஏந்தவில்லை ..

ஆகையால் ஆயுதத்தோடு இருக்க வேண்டும் என்று அவசியமில்லை. தேவைப்பட்டால் அருகே நட்டு வைத்து கொள்ளலாம்.

சூலமாக வைத்தாலும் தப்பில்லை.. திருமண சடங்கில் முகூர்த்த அரசானி மரக்கால் மஞ்சள் தடவி பெண் வீட்டில் வைப்பது தற்போதும் நம்மிடம் அழியாமல் உள்ளது.

 தொன் மரபு சார்ந்த தொடர்பு ஒன்று அழியாமல் உள்ளது. முடிந்தால் அதனை சேர்த்து கொள்ளவும்.

அதுவே சீன மற்றும் கொரியா மண்ணில் நடக்கும் dragon boat festival. இது நமது ஓணம் படகு போட்டி தான். அதே போல் வீணை மற்றும் அவர்களது பாரம்பரிய அலங்காரத்தில் மீனாட்சி அம்மன் போல சரிந்த கொண்டை இடுவது.

2020ல் பாடல் எழுதும் போது திருமண பாடலில் இந்த வரிகளை எழுதினேன். அதில்

வீணை இசைக்கும் விரல்கள் இங்கு ஒன்று..

சேர ஓட பந்தயம் சரிந்த கொண்டையும் ஒன்று.. என குறிப்பிட்டுள்ளேன்.

கூகுளில் தேடினால் இதன் ஒப்புகை படம் மற்றும் புரிதல் நிறைய கிடைக்கும்.

வசந்த் வெள்ளைத்துரை

Dragon Boat Festival

இது 2000 ஆண்டு கடந்து பேசப்படும் அழகிய காதல்.. இதில் வீரம் தாண்டி நான் பார்த்து வியந்தது ஒரு பெண் காதலனுக்காக காதலுக்காக எவ்வளவு தூரம் செல்லுவார் என்பது தான்.. கொரியாவில் இன்று காணப்படும் ஒவ்வொன்றும் அவள் பெயர் சொல்கிறது என்றால் எந்த அளவுக்கு ஒரு காதல் அந்த மன்னர் மீதும் அம்மன்னின் மக்கள் மீதும் இருந்து இருக்க வேண்டும்.. இதை கதையாக தொகுத்து ஆறு பாடல்கள் எழுதினேன் 2020. அதில் உள்ள வரிகள் சொல்லும் அவர்கள் காதலை. நமது இளவரசி செம்பவளம் மங்கை அல்ல மடந்தை.

புகைப்படம் உருவாக்க எனது கருத்து.

இதில் இவ்வளவு விவாதம் தேவையற்றது. அதற்கு காரணம் உண்டு அதனை குழுவினருடன் பகிர்ந்து கொள்கிறேன்..

வசந்த் வெள்ளைத்துரை

இது உங்களுக்கு நிறைய கருத்துக்களை உங்களுக்குள் கேட்கும். முதலில் இதனை புதிதாக வடிவமைப்பு செய்ய இயலாது.. காரணம் முதலிலேயே சொல்லிவிட்டோம். ஆய் நாட்டில் இருந்து கொரியா சென்றவர். கிம் சுரோ மன்னனை மணந்த இராணி செம்பவளம் (Heo Hwang oK)

இராணி செம்பவளம் பற்றி இதுவரை இங்கு இருந்த இவர் தான் என உலகில் யாரும் எடுத்து கூறவில்லை..

2018-2019ல் சூர்யரத்னாவாக வடக்கே அயோத்தியில் இருந்து சென்றவர் என கூறியது IRON KING குறுந்தொடர் கொரியா மொழியில் வெளி வந்த பிறகு தான்.

ஏற்கனவே இவ்வளவு இருக்க நாம் அதனை எதையும் மாறாக கூற முடியாது. காரணம் இது இவர்கள் எடுத்தது SAMYUK YUSA என்னும் இலியோன் எழுதிய புத்தகத்தில் இருந்து.

இதில் இராச்சியமாக கொரியா பிரிந்தது வளர்ச்சி கண்டது பல்வேறு இருந்தாலும். செம்பவளத்தின் வருகை மற்றும் கிம் சுரோவுடன் இருந்த காதல் அவ்வளவு அருமையாக பதிவு செய்து உள்ளார்.

கொரியா முழுவதும் Heo Hwang ok யார் என்று தேட துவங்கியது.. ஏதோ ஒரு நாட்டில் இருந்து இங்கே வந்து அனைத்தும் கொடுத்துள்ளார் அது எந்த நாடு என அவர்கள் தேடியதும் சமீபத்தில் தான்.

ஆம் செம்பவளம் போர் செய்து போனதாக அல்லது படையெடுத்து மணந்தாக எங்கும் பதிவு இல்லை..

வசந்த் வெள்ளைத்துரை

நாம் ஓவியம் உருவம் அதில் எத்தனை மாறுபாடு வேண்டும் ஆனாலும் இருக்கலாம் தவறு ஒன்றும் இல்லை.. கிரீடம், சூலம் ஏன் நிறங்கள் கூட கருத்துக்களை நாளை எந்த வடிவிலும் தரலாம்.

நாம் இந்த செம்பவளத்திற்கு தர வேண்டியது ஆய் நாட்டில் இருந்து சென்றுவர் அவர்களுக்கு தேவைபடுவது ஆய் நாட்டிற்கும் கொரியாவிற்கு உள்ள தொடர்புகள் ஒற்றுமைகள்.. மட்டுமே..

இலியோன் சொல்லிய செம்பவள குறிப்பு

16வயது மடந்தை பெண்.

சிவப்பு நிறைய உடையில் சிவப்பு நிற கப்பலில் வந்து இறங்கினாள்.

மன்னனை நேரில் வந்து காண சொன்னால் ஒரு இளவரசி போல ஆணையிட்டாள்.

கழுத்தில் உள்ள முத்து மாலை மற்றும் மரத்தில் இருந்த மஞ்சள் நிறைய பூ எனது பெயர் என்று சைகையில் கூறினாள்.

கரையில் கூடாரம் அமைத்து தரவேண்டி திருமணம் செய்த பிறகே மன்னனின் அரண்மனைக்கு சென்றாள்.

ஏழு கற்கள் உடன் வந்து இறங்கினார்.

பரிசு பொருட்கள் அவருக்கு வேலை ஆட்கள் என 28பேருடன் கடல் வழியாக கப்பலில் வந்த இளவரசி.
வசந்த் வெள்ளைத்துரை

மீன் சின்னம் அவர் கொண்டு வந்த முத்திரை ஆக கொரியாவில் பார்க்கபடுகிறது.

நமது செம்பவளம் ஓவியம் இதனை பிரதிபலிக்கும் விதமாக இருந்தால் மட்டுமே நமது ஆய் நாடும் கொரிய மக்களின் மனதிலும் இன்னும் ஆழமாக பதியும்.

முக்கிய குறிப்பு: செம்பவளம் 16வயதில் ஆய் நாட்டை விட்டு சென்றவர் 157வயது வரை திரும்பி வரவே இல்லை.. கயா நாட்டில் தான் இருந்து உள்ளார் அவர் இறுதி நாட்கள் மற்றும் சமாதி வரை கொரியா அரசாங்கம் பாதுகாத்து வருகிறது.

ஆய்நாடு பற்றிய புரிதல் இல்லாமல் சூலத்திற்கு கூறிய காரணம்? அதற்கு எனது பதில்.

சம்யுக் யூசாவில் இலியோன் குறிப்பிட்ட இளவரசி கதை கருவை சிதைக்கிறது.

சீர் பொருட்கள் உடனே செல்கிறார் இளவரசி. அவருடன் 28 பணியாட்கள் உடனே வணிக கப்பலில் வந்து இறங்குகிறார்.

ஆனால் இதில் சுறாவை வேட்டை ஆடி தனியாக ஒரு இளவரசி சூலத்தோடு கொரியா சென்றுள்ளார் என பொருள் படுகிறது.

சூலத்தோடு புகைப்படம் இருப்பது தவறில்லை ஆனால் கொரியா கதை கருவை சிதையாமல் நாம் தமிழர்கள் கையாள வேண்டும் என்பது எனது கருத்து.

சூலாயுதம் கொரியா பாரம்பரிய கலையில் உள்ளது. புகைப்படம் புரிதலுக்காக.

ஆய் நாடு பற்றிய தரவுகள்.

திருநந்திக்கரை கல்வெட்டு (விக்ரமாதித்திய வரகுணன்) - 9 ஆம் நூற்றாண்டு கி.பி (திருவனந்தபுரம் ஹுதூர் அலுவலக தட்டுகள்). ஒன்பதாம் நூற்றாண்டின் விக்ரமாதித்ய வரகுண கல்வெட்டு, தென்கநாடு ஆண்டவரின் மகளான முருகன் சேந்தி (ஆய குல மகாதேவி) என்ற அரச இளவரசி திருநந்திக்கரை கோயிலின் தேவதாசி ஆனதைக் குறிப்பிடுகிறது.

வசந்த் வெள்ளைத்துரை

கேரளாவில் உள்ள தேவதாசி பாரம்பரியம் பற்றிய மிகப் பழமையான கல்வெட்டுகளில் இதுவும் ஒன்றாகும், மேலும் பணக்கார ஆளும் வர்க்கத்தைச் சேர்ந்த பெண்கள் பெரிய கோவில்களின் தேவதாசிகளாக தங்களை அர்ப்பணித்துக் கொண்டனர்.முருகன் சேந்தியை ஆய குல மகாதேவி என குறிப்பிடப்படுகிறது.

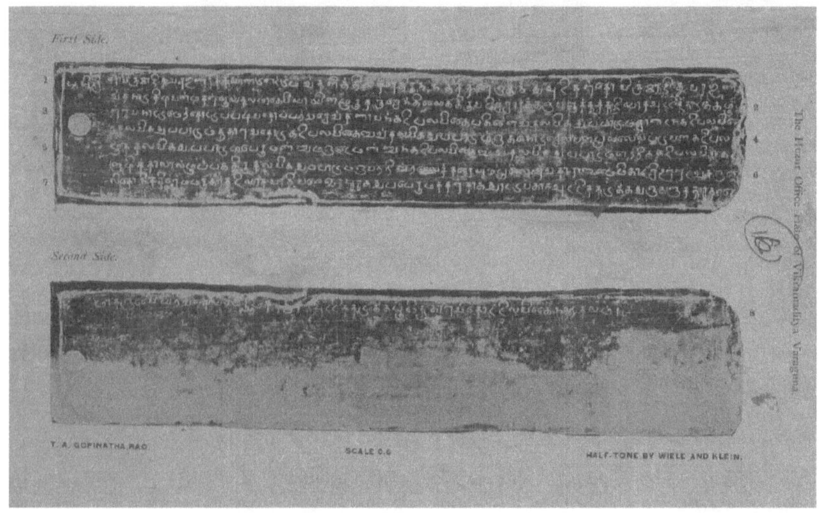

கிபி 10ம் நூற்றாண்டு வரை ஆய் நாடு குமரிமுனையில் இருந்துள்ளது.

ஆய் நாடு சிற்றரசு அவர்களது சின்னம் யானை. பாண்டிய பேரரசு கீழ் இருந்தமையால் மீன் சின்னம் பயன்படுத்தி உள்ளனர்.

குழுவினர் அனைவருக்கும் வணக்கம். இது எனது நீண்ட பதிவு. பொதுவாக இவ்வாறு நான் எழுதி பல்வேறு நாட்கள் ஆகிறது.

வசந்த் வெள்ளைத்துரை

எனது சில கருத்துக்களை இங்கே பதிவிடுகிறேன். யாரையும் எதுவும் சொல்வதற்கு என யாரும் எடுத்து கொள்ள வேண்டாம்..

500நபர்கள் மேல் கூடி உள்ள இந்த குழு மேலும் வளர இந்த பதிவு அவசியம் என உணருகிறேன். இதனை இவ்வாறு கூறினார் என்று எப்போது வேண்டுமானாலும் எங்கு வேண்டுமானாலும் எனது பெயர் குறிப்பிட்டு குழுவினர் கூறலாம். அதில் ஆட்சேபனை ஏதும் இல்லை எனக்கு.

குழுவினர் அனைவருக்கும் புரிதல் ஒன்று கொண்டு வர இது எதுவாகவும் இருக்கும்.

2016-2017ல் செம்பவளத்தை பற்றிய தரவுகள் எனக்கு வந்து சேருகிறது. பல தரவுகளை தேடி படித்த போது செம்பவளம் தமிழகத்தில் நிலப்பரப்பில் இருந்து சென்றது பல சுவடுகளை காண முடிந்தது. முடிந்த வரை நான் கதையாக வடித்த *கௌரி* தலைப்பில் இதை எங்கு யார் சொன்னார் என்று அவர்கள் பெயரை நேரடியாக குறிப்பிட்டு இருப்பேன்.

அதே போல இந்த கதை வைத்து திரைப்படம் எடுக்க திரைக்கதை 2020ல் எழுதிய போதும் அதிலும் அழகிய காதல் கதை மைய கருவாக வைத்தேன்.

அதன் தொடர்ச்சியாக 6பாடல்கள் அப்போது எழுதினேன். 2021ல் ஒரு சிறிய theme song ஒரு சோகமாக அந்த இராணியை தேடி ஒரு குழுவினர் புறப்படுகின்ற களத்திற்கு 1நிமிடத்தில் பாடல் தரலாம் என துவங்கி அந்த title song முழு பாடலாக மாறி போனது.

வசந்த் வெள்ளைத்துரை

அதனை பதிவு செய்து வெளியீடு செய்ப்பட்டதை இப்போது Youtubeல்
நீங்கள் கண்டு கொண்டு உள்ளீர்கள்.

ஆறு பாடலில் முதல் திருமண பாடல் இந்த 2025 காதலர் தினத்தில்
கொடுக்கலாம் என அக்டோபர் மாதம் எனது குமரிக்கண்டம் பாடல்
வெளியீடு பின்னர் முடிவு செய்து பணிகள் தொடங்கினேன். வேறு ஒரு
நிகழ்விற்கு கண்ணன் ஐயாவை தொடர்பு கொண்ட போது இவ்வாறு
ஒருவர் நிகழ்வு பற்றி கூறினார்.

ஆம் இதனை வழிநடத்தும் புனித தேவகுமாரன் ஐயா தொடர்பு கொண்ட
போது எனக்கு மிகவும் மகிழ்ச்சி.

ஆம் எனக்கு எங்கோ கேட்டதை என்றோ எழுதியதை இவர் வடிவமைப்பு
செய்கிறார் என்று எண்ணும் போது ஒரு படைப்பாளி படைப்புகள் மேலும்
மெறுகேற்றபடுகிறது.

இதற்கு இடைபட்ட காலத்தில் முழுமையாக நான் என் அறிவுக்கு
எட்டிய படி சேகரித்த செம்பவளத்தின் தரவுகள் ஏராளம். காரணம் நான்
செலவு செய்து பல நூறு கிமீ பயணம் செய்து அங்கு தங்கி அங்கே
இருந்து தகவலை சேகரித்து வைத்து உள்ளேன். அவை எழுத்து அல்லது
இசை / காணொளி / படமாக நிச்சயமாக ஒரு நாள் வெளிவரும்.

எனக்கு பிடித்த ஊர்களில் கன்னியாகுமரி மாவட்டம் ஒன்று அதற்கு
முக்கிய காரணம் 5திணைகளையும் உள்ளடக்கிய மாவட்டம் என்றால்
மிகை ஆகாது.

வசந்த் வெள்ளைத்துரை

இந்த நிகழ்வு பல்வேறு தரவுகள் உலக மக்களுக்கு கொண்டு செல்லும் அதே போல பல சரித்திர பொக்கிஷம் வெளி கொண்டு வரும் நிகழ்வு தான்.

இன்று ஆய் நாடு என்பது தமிழ்நாட்டில் எத்தனை பேருக்கு தெரியும் என்று எனக்கு தெரியவில்லை. ஏன் நான் பள்ளி கல்லூரி பாடத்தை படிக்கும் போது கூட எனக்கு தெரியாது. பலர் அறிந்து இருக்க வாய்ப்பு என்பது இல்லை.

ஆய் நாடு பற்றி பல தரவுகள் வெளிவரும் காலம் நெருங்கியேவிட்டது எனலாம்..

ஆய் நாடு மக்களை கொண்டு இந்த குழு உருவாக்கியது அதற்கு முக்கிய காரணம் எனலாம்.

ஆம் கிம் சுரோ மற்றும் செம்பவளம் இந்த காதல் கதையின் காலம் கிபி1-கிபி2 நூற்றாண்டைச் சார்ந்த ஒன்று.

   1.செம்பவளம் இளவரசி   கிபி32 பிறந்தவர்.

   2.செம்பவளம் இளவரசி கிபி48ல் காதலனை தேடி கொரியா செல்கிறார்.

   3.இராணியாக 157வயது வரை வாழ்ந்து இறக்கிறார்.

வசந்த் வெள்ளைத்துரை

4. ஆய் நாட்டில் இருந்து 16வயதில் புறப்படும் அவர் கிம் சுரோ மன்னனை மணந்து 12குழந்தைகளை பெற்று எடுக்கிறார்.

இதனை இங்கே நிறுத்தி கொள்வோம். நாம் நம் தேவை என்பது குமரி மாவட்டத்தில் மக்கள் இதனைத் இனி வரும் காலத்தில் பல்வேறு தரவுகளை சேகரித்து வெளி கொண்டு வரும் வேண்டும். அதற்கு உறுதுணையாக உலக தமிழ் பாராளுமன்ற (WTP) நிர்வாகம் செயல்பட வேண்டும். அதற்கு இந்த நிகழ்வுகள் மிகவும் முக்கியமான ஒன்று.

ஆய் நாடு கிபி10நூற்றாண்டு பிறகு இருந்தாக எந்த தரவுகளும் இதுவரை இல்லை அவை பிரிந்து தனியார் நாடாக வேணாடு என திருவதாங்கூர் சமஸ்தானத்துடன் சுகந்திர இந்திய முன்பு வரை சேர்ந்துவிட்டது.. ஆய் நாடு இருந்த தடயங்கள் கடந்த ஆயிரம் ஆண்டுகளில் இல்லை.

அதற்கு முன் ஆயிரம் ஆண்டு உள்ளது அவைகள் மீட்டு உருவாக்க வேண்டும் WTP மற்றும் குழுவினர்.

விழா பணிகள் ஒருபுறம் இருந்தாலும் ஆய்நாடு மற்றும் செம்பவளம் பற்றிய புரிதல் அனைவருக்கும் இந்த நிகழ்வில் பல வரும். அதனை சிந்தனையுடன் தூண்டி இந்த நிகழ்வுகள் நகர்ந்து செல்வதே இதன் அடுத்த கட்ட இலக்காகும்.

***செம்பவளம் உலக முழுக்க தமிழ் பேசும் மக்களின் மற்றும் ஒரு மணி மகுடம்.**

ஒரு விடயம் குழுவினர் உங்களோடு பகிர்ந்து கொள்கிறேன்..

வசந்த் வெள்ளைத்துரை

ஆய் நாடு பாண்டியர் கீழ் இயங்கும் சிற்றரசு என்பதால் இதற்கு தலைப்பு தர யோசித்தேன்.. இந்த கதையை எழுதுகிறேன் என ஒரிசா பாலு ஐயாவிடம் கூறினேன்.

செம்பவளம் என கண்ணன் ஐயா கூறியது மற்றும் செம்பகம் என பாலு ஐயா கூறியது மற்றும் கதைக்கு தலைப்பு இந்த இரண்டு பேர் இருந்தாலும் நான் வேறு பெயர் பாலு ஐயாவிடம் கூறினேன்.

நான் கூறிய அதே பெயரில் எழுதலாம் என்றார். அந்த பெயரே *கௌரி* என்பது. கௌரியன் - கௌரி என்றால் பாண்டிய நாட்டு தலைவன் தலைவியை குறித்தது.

ஆய் நாடு மூன்று டிரக்கில் ஏற்றி திருவனந்தபுரம் மியூசியத்தில் வைத்து விட்டனர் என்பது மற்றும் புரிதல் இல்லாத ஒன்று. இது பிழை... ஆய் நாட்டை மூன்று டிரக்கில் ஏற்றி ஒரு போதும் அடக்க முடியாது.. நாம் ஆய் நாட்டை இன்னும் ஆந்த இடத்தில் தேட துவங்கவில்லை என்பது தான் நிதர்சனமான உண்மை..

தர்மபட்டிணம் மற்றும் குழந்தை நகரம் என்பது தேங்காய் பட்டிணத்தின் கிமு2 நூற்றாண்டில் இருந்து கிபி8 நூற்றாண்டு வரை இருந்த பெயர். இதனை பழமையான மதூதியில் காணலாம்.

வசந்த் வெள்ளைத்துரை

தேங்காய் பட்டிணம் இந்த அழகிய கடற்கரை நகரத்தின் வரலாறு 2000 ஆண்டுகளுக்கும் மேலான சேர மன்னர்களின் ஆட்சிக்காலம் வரை உள்ளது. மத்திய கிழக்கு நாடுகளுடனும் அரபு நாடுகளுடனும் வர்த்தக உறவுகள் வளர்ச்சியடைந்த போது அது சேரநாட்டின் முக்கியமான துறைமுகமாக இருந்தது. தேங்காப்பட்டினம் மற்றும் உலகின் பிற கடல்சார் நகரங்களுக்கு இடையே நேரடி சரக்கு படகு சேவை இருந்தது. இங்கு காணப்படும் கலாச்சாரம் மற்றும் பாரம்பரியத்தின் ஒரு பகுதி அரபு நாடுகளுடனான அதன் வர்த்தக உறவுகளின் மூலம் மரபுரிமை பெற்றது. சேரமான் பெருமாள் என்ற மன்னன், சந்திரனைப் பிளக்கும் அதிசயத்தைக் கண்டு இஸ்லாத்தைத் தழுவ மெக்காவுக்குச் சென்றபோது, இந்தச் சிறிய ஊரைக் கடந்து வந்தான். 1956 ஆம் ஆண்டு வரை தமிழ்நாட்டுடன் இணைவதற்கு முன்பு திருவிதாங்கூர் மாநிலத்தின் ஒரு பகுதியாக இருந்தது. இந்த முஸ்லிம் நகரத்தில் 1200 ஆண்டுகளுக்கும் மேலான பழமையான வலிய பள்ளி என்று அழைக்கப்படும் ஜும்ஆ மஸ்ஜித் உள்ளது. இது புனித நபி (ஸல்) அவர்களின் சமகால சீடரான மாலிக் இப்னு தீனார் (ரஹ்மத்துல்லா அலைஹிம்) அவர்களால் வடிவமைக்கப்பட்டு கட்டப்பட்டது. தேங்காப்பட்டணம் ஆரம்ப காலத்தில் "தர்மப்பட்டணம்" என்றும் "குழந்தை நகரம்" என்றும் அழைக்கப்பட்டது.

தேங்காய் பட்டிணம் வரலாறு இங்கே யாரும் அறியப்படவில்லை. இது திரங்கம் பட்டிணம் - மிளகு மற்றும் சந்தன மரத்திற்கு தங்கம் வைத்து விலை நிர்ணயம் செய்யும் துறைமுகம்.

கிபி 16நூற்றாண்டு வரை கூட குமரி முதல் கொல்லம் வரை பனை மரகாடுகளே. இதில் தேங்காய். தெங்கம் என்பது டச்சுக்காரர்கள் மொழிபெயர்ப்பில் திரங்கம் என்னும் மிளகுபட்டிணத்தை குறித்ததை தெங்கம் எனவும் தேங்கா எனவும் மாறியுள்ளது.

இதனை தாங்கி நிற்கும் சுவடே அட்டிங்கல் அரச குடும்பத்திற்கு சொந்தமான அஞ்சுதெங்க கோட்டை.

வசந்த் வெள்ளைத்துரை

இதனையும் அஞ்சு தென்னைமரத்தோடு ஒப்பீடு செய்து விட்டனர்.

17ம் நூற்றாண்டில் தேங்காபட்டிணம் பெயர். 14ம்நூற்றாண்டு வரை திரங்கபட்டிணமே இதுவே தேங்காபட்டிணம் என மாறியுள்ளது. குழவி நகரம் (குழந்தை நகரம்) என்று அழைக்கப்பட்ட துறைமுகமே குழவித்துறை குழித்துறை ஊராக இன்னும் அழியாமல் சுவடினை தாங்கி உள்ளது.

வசந்த் வெள்ளைத்துரை

ஆய் நாட்டின் தலைநகரம் என்பது பாலித்தல் என்னும் காவல்புரம்.

கோட்டபுரம் என்பது கவர்ந்து வரும் கால்நடைகளை சிறைபிடிக்கும் இடம். கோவலர்கள் கோவியர்கள் வாழ்ந்த பகுதி.

வசந்த் வெள்ளைத்துரை

ஆய் நாட்டு தலைநகரம் இன்றைய விழிஞ்ஞும் (விழுங்குதல்-விழுங்கல்) துறைமுகம் தான்.

சேரர்கள், பாண்டியர்கள், சோழர்கள் கடந்து இதிலே டச்சுகாரர்கள் முதன்முதலாக மேற்கு கடல் கரையில் குடியேறிய இடமும் இங்கே தான் இதற்கு சான்றாக பழைய செயின்ட் மேரி தேவாலயம் இன்னும் உள்ளது.

ஆய் நாட்டில் இவை மட்டும் இல்லை இதனோடு சேர்த்து இன்னும் இரண்டு சிறைச்சாலை துறைமுகத்தோடு இருந்தது.

வஞ்சிறை-வஞ்சிறைபட்டிணம் - வஞ்சி (பின்னாளில் சேர தலைநகரம்)- கடும்காவலூர் - கொடுங்காளூர் (பெண்களில் கடும் காவல் தண்டனை கொண்டோர் வசிப்பிடம்)

முஞ்சிறை - முஞ்சிறி- முசிறி - முசிறிபட்டினம் (பெண்களில் அரச வேலைக்கு நீர் எடுக்க மற்றும் மாளிகை விளக்கேற்ற அடிமை வேலையாட்கள் வசிப்பிடம்) - மகோதைபுரம்

இன்றைய கொச்சின் என்பது சங்க காலத்தில் பெயர் (கொச்சி - கொசி - காசி) பட்டிணம்

ஆய்நாடு இருந்ததும் பிரிந்ததும்*

ஆய் நாடு மிக பெரிய கல்வி பல்கலைக்கழக கூடம். இவை இராணுவ கட்டமைப்புகளுடன் இயங்கி உள்ளது.

வசந்த் வெள்ளைத்துரை

அதுவே காந்தளூர் சாலை. இதில் வைத்தியசாலை, பாரசாலை (வேளாண்மை), பண்டக சாலை, சிறைச்சாலை, பாடசாலை, தொழிற்சாலை , ஆயுதசாலை என தக்கலை (தற்காப்பு கலை கூடாரம் குமார கோவில்) முதல் வலியசாலை (வைத்தியசாலை)வரை பல்கலைகழகமே இயங்கி உள்ளது. ஆகையால் தான் சேர சோழ பாண்டியர்கள் இங்கே பொரிய போர்கள் புரிந்து அவர்கள் கீழ் வைத்துள்ளனர்.

ஆய் நாடு - அதன் வடமேற்கு பகுதியை "வ" நாடு என அதன் மொத்தப்பரப்பளவில் ஒரு கால்பகுதியை ஆயுத மற்றும் இராணுவ கட்டமைப்புக்கு பிரித்து உள்ளது அதுவே பின்னாளில் வேணாடு.

ஆய் நாட்டில் பிறந்த பெண்ணுக்கு சீதனமாக காணி கொடுத்து உள்ளனர். ஆய் நாட்டின் தென்கிழக்கு பரப்பளவு கால் பகுதி மஞ்சட்காணி என மஞ்சள்நாடு என இருந்துள்ளது.

வேளாண்மை மற்றும் அதனை சார்ந்த கால்நடைகள் நடந்த இடமே நாட்டின் மைய பகுதி நாஞ்சில் நாடாக 17-18நூற்றாண்டு வரை இருந்து உள்ளது.

சமணம் கிபி9 நூற்றாண்டு வரையிலும் மற்றும் பெளத்தம் கிபி12நூற்றாண்டு உடனும் இங்கே முற்றிலும் வீழ்ச்சி அடைந்து உள்ளது.

தேங்காய்பட்டிணம் மற்றும் ஒரு பெயர் தர்மபட்டிணம் - சிதரல் சமண பள்ளி இங்கே உள்ளது ஆகையால் தர்மபட்டிணம் என பெயரும் உள்ளது.

அதே போல் இதனை குழந்தை நகரம் என்று இது குறிப்பிட காரணம் கப்பல் கடலில் துறைமுகத்தில் நிற்கும் அதில் இருக்கும் சிறிய படகுகள் மூலமாக சாணத்து மலைக்கு தாமிரபரணி ஆற்றில் வருவார்கள். அதன்

மத்தியில் இயங்கிய வணிக பண்டகசாலையே இன்றைய குழவித்துறை என்னும் குழித்துறை.

ஆய் நாடு வடக்கு எல்லை என்பது இன்றைய ஸ்ரீவில்லிபுத்தூர். ஆய் நாட்டில் இயங்கிய மற்றும் ஒரு சமண பள்ளி ஆயர்மலை என்னும் அரைமலை. இதனை உள்ளுரன்மலை, நெஞ்சுர மலை என்று குறித்துள்ளது.

கழுகுமலை கிழக்கில்

இங்கே வெம்பக்கோட்டை மன்னன் செண்பகனால் தோற்றுவிக்கப்பட்ட செம்பகவல்லிக்கான கோயில் இன்னும் கோவில்பட்டி ஊர் மத்தியில் உள்ளது.

அதே போல தென் மேற்கில் தென்காசி ஆலயத்தில் உள்ள உலகம்மன் பெயரும் செம்பக பொழில் அம்மனே.

செம்பகபொழில் என்பது அகத்தியர் மலை அடிவாரத்தில் அமைந்த சந்தனமர காடுகள்.

செம்பவளம் சமணர்களின் வணிக குழுவோடு சென்ற பின்னர் சந்தனம் மரம் மற்றும் ஆயுத வணிகம் கிபி7 மற்றும் கிபி8 நூற்றாண்டு வரை நடந்திருக்க வேண்டும்.

கிபி6 - 7ம் நூற்றாண்டில் பாண்டிய மண்ணில் சமணர்கள் கழுவேற்றம் போது இங்குள்ள ஆய்நாடு மற்றும் அங்கு கயா நாடு ராஜ்ஜியம் வீழ்ச்சி அடைந்து இருக்க வேண்டும்.

வசந்த் வெள்ளைத்துரை

கௌரி என செம்பவளம் சைவம், வைணவம், பெளத்தம், சமணம் என சொன்னாலும். 2017-2019 வரை இந்த கதை எழுதினாலும் முடிவில் செம்பவளம் யார் என முகமூடி வைத்து கதை முடித்து உள்ளேன்.

ஆய் நாட்டை பல கோணங்களில் நான் பார்த்தாலும். முகமூடி மூடிய விடயங்கள் நிச்சயமாக ஒரு நாள் வெளிவரும். அதற்கு காலம் எடுத்து கொள்ளும்.

சைவம்,வைணம்,பெளத்தம் மற்றும் சமணம் என இருந்திருக்கும்.

ஆனால் ஆய் மன்னர்கள் பின்பற்றியது. அவர்கள் ஆயர் தலைவன் என காலம் காலமாக கிரீடத்தில் மயிலிறகை தரித்து உள்ளனர். அதுவே சொல்லும் ஆய் நாட்டை சேர்ந்தவர்கள் கு-மாரம்- கு-மாரி வழிபாடு கொண்டவர்கள்.

இதனை ஆயர்களின் தலைவனான கண்ணன் மற்றும் முருகன் கிரீடத்தில் மயிலிறகை தரித்து உள்ளதை படங்களில் காணலாம்.

அதே போல முருகன் என்பது சங்க காலத்தில் மீனவன் என்றே பொருள். கடலில் மீன் பிடிப்போரே முருகன்.

ஆய் நாடு - ஆய் வம்சத்தை - குவாகம் நாடு என்பர். கழுகு தான்.

கிபி2 நூற்றாண்டில் இருந்த நாடு கிபி 7வரை காணாமல் போய் திரும்பி வருவது எப்படி.

சோழர்களுக்கு வரலாறு
வசந்த் வெள்ளைத்துரை

பாண்டியர்களுக்கு வரலாறு

சேரனுக்கு வரலாறு

பல்லவர்களுக்கு வரலாறு இங்கு உண்டு.

ஆனால் ஆயர்களுக்கு வரலாறு காண கிடைக்கவில்லை. மத்தியில் இருண்ட காலம் என முகமூடி அணிந்தவர்கள் ஆட்சி. களப்பிரர் என்று முடித்து கொண்டனர்.

ஆய் நாட்டில் இரும்பு உருக்கும் தொழிற்சாலை கூடம் இருந்த இடம் அதங்கம்கோடு - அதங்ககோடு. சூரிய கோடு இரும்பை உருக்கி வடிவமைக்கும் கூடம்.

அதங்கோட்டாசான் என்பவரும் கொல்லர்கள் பயிற்றுவிக்கும் ஆசனே.

கலபி என்றால் மயில் என பொருள்படும். கலநப்பிரர்கள் காசும் பின்புறத்தில் மயிலில் வீற்றுள்ள முருகன்.

களப்பிரர் சின்னமும் யானை, ஆய் நாட்டு சின்னமும் யானை.

முருகனின் வாகனம் பக்தி இலக்கியம் காலத்திற்கு முன்பு யானை தான்.

ஆய் நாடு எவ்வளவு செழிப்பான நாடு. இங்கு அப்படி என்ன கிடைத்து இருக்கும்.

இராஜராஜ சோழன் ஆட்சிக்கு வந்த 3-4வருடத்திலே முதல் போர் காந்தளூர் சாலை தான். இவரை தாண்டி இவருக்கு பின்னால்

வந்தவர்கள் கிழக்காசிய வரை ஆட்சி கைப்பற்றி சோழ சாம்ராஜ்யம் விரிவடைய காரணம் ஆய் நாட்டில் விழிஞ்ஞும் தான்.

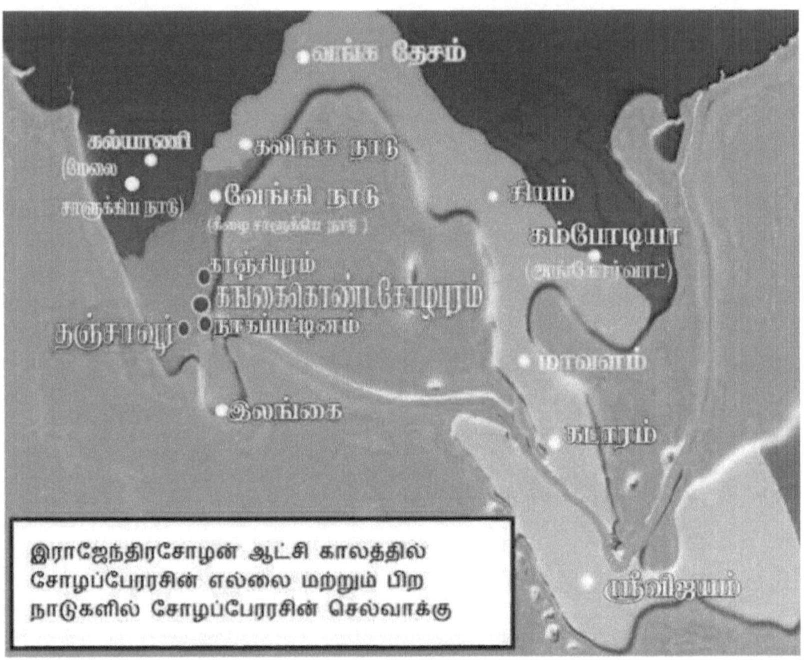

ஒரு ஆயுதம் ஒரு சாம்ராஜ்ஜியத்தின் வரலாற்றை மறைத்து உள்ளது. இவ்வுலகில் அது நான் கண்டது வேல் தான்.

வேல் என்ற ஆயுதம் இவ்வுலகில் இல்லை. இங்கு மாந்தராக பிறந்து மன்னராக இருந்தவர்கள் ஏனோ கடவுள் ஆக்க பட்டனர்.

வசந்த் வெள்ளைத்துரை

ஆய் நாடு நான் உங்களுக்கு தந்த தகவல் 1% மட்டுமே. இன்னும் தரவுகள் இக்குழுவில் வெளி வரும்.

Paramabuddha (Padampa Sangye) statue at Kumbum Monastery, Tibet.

ஆய் நாடு நிலப்பகுதி 1% என்றால் 99% கடல் பகுதியை உள்ளடக்கியது.

பாடலை முழுமையாக எழுத்து வடிவில் தருகிறேன். கேளுங்கள் பல விடயங்கள் கிடைக்கும்.

ஆயர்கள் இந்திய நிலப்பகுதி முழுவதும் வாழ்ந்து வருகின்றனர். அதில் யா-தவர்கள் என்பதும் "யா" தெற்கத்தியவர்கள் என்ற பொருளே. *குமரி கோடும் கொடுங்கடல் கொள்ள.*

பெளத்தம் என்பது ஆய் நாட்டில் சமணம் போல் இருந்தவையே.

ஆச்சார்யா பாவேகிகா கிபி6

வஜ்ரபோதி கிபி7ல்

ஆய் நாட்டில் இருந்து சீனம் மற்றும் ஜப்பான் சென்ற பெளத்த துறவிகள்.

இதில் ஆரியதேவன், அசித்தநாதன் இருவரும் பொதிகை மலையில் இருந்து சென்றவர்கள்.

இன்றைய ஐயப்பன் கோயிலில் உள்ள ஐயப்பன் கூட அசித்தநாதன் உருவில் உள்ளது குறிப்பிடத்தக்கது.

ஆய் நாட்டில் முக்கியமான இசை கருவி உண்டு... அதன் பெயர் தடாரி. ஆய் மக்கள் போர்களத்தில் பயன்படுத்தியதை சேர சோழ போரான வெண்ணிபோரில் வீரர்கள் பயன்படுத்தியது.

தடாரி - இணை   *தடாரி - உடுக்கை*

பொநனன் - பொருநை ஆய் நாட்டின் போர்வீரர்களை குறித்தது.

அதே போல் தாமிரபரணி ஆற்றின் மற்றும் ஒரு பெயர் பொருநை என்பது குறிப்பிடத்தக்கது.

இவை இன்னும் கொரியாவில் பாரம்பரிய இசை கருவியில் காணலாம்.

ஆய் நாடு - ஆயர்களுக்கு மட்டும் என்பது தவறான கருதுகோள்..

இங்கு மேற்கு தொடர்ச்சி மலை அடிவாரம் முல்லை நிலம் என்றாலும். இதன் மேல குறிஞ்சி கீழே நெய்தலும் இருக்க இந்த நாட்டில் இ-னர் (எயினர்) மக்களும் உண்டு.

காட்டில் உள்ள வேடர்கள் ஆழ்கடலில் இவர்களே மீனவர்கள். ஆயினர் / ஆயுனு மக்கள் என்பது இவர்கள் தான். வாசினை இவர்கள் வாத்தியம் இதனை காட்டிலும் கடலிலும் வாசிப்பதில் வல்லவர்கள் ..

வசந்த் வெள்ளைத்துரை

வாசினை நம்முடைய தற்போதைய வீனை அன்றைய காலத்தில் அது யாழ். யாழ் ஆயி மக்களும் இவர்களே. வாசினை மக்களும் இவர்களே.

இடையனுக்கு காமரம். இனனுக்கு செந்துரமரம். (ஆம் மாடு மேய்க்கும் கண்ணன் ஆலமரத்தடியிலும் மற்றும் கந்தன் புளிய மரத்தடியிலும் உறங்குவதாக கூறுவது தான்)

ஆயுத மக்கள் இவர்களே.. அதே போல ஆயுத நாடும் இதுவே   (இ-டையன் , இ-னன்) என்னும் "இ" என்பதுவே கிமு3ம் முதல் கிபி3-4 நூற்றாண்டில் ஆய் நாடு காணாமல் போகும் வரை ஆயுத எழுத்தாகும்.

கடும் பரி குதிரை யாஆய் எயினன்

நெடும் தேர் ஞிமிலியொடு பொருது - அகம் 148/7,8

யாஆய் எயினன் வீழ்ந்து என ஞாயிற்று

ஒண் கதிர் உருப்படி புதைய- அகம் 181/5

வெளியன் வேண்மான் யாஆய் எயினன்

அளி இயல் வாழ்க்கை பாழி - அகம் 208/3

யாழிசை மறுகின் பாழி ஆங்கண்

அஞ்சல் என்ற யாஆய் எயினன்   - அகம் 396/2

ஆய்நாடு இடையில் காணாமல் போய் கிபி7-8ல் மீண்டும் கண்ணில் பட காரணம் தேடினேன்.
வசந்த் வெள்ளைத்துரை

குயிலான் (கொல்லம்) இருந்து செங்கோட்டை செல்லும் பாதையில் கோட்டாரகரை ஊர் உள்ளது அக்கவிளை என ஊரும் இதில் அடக்கம்.. கோட்டகரா, கோட்டாரா என நாகர்கோவில் பழைய பெயரை பலரும் மறந்து இருப்பார்கள்.

ஆம் ஆய்நாடு இராணுவ கட்டுப்பாட்டில் இயங்க முக்கிய காரணம் இது திருவதாங்கூர் பத்மநாபன் சாமி கோயில் உடனே சேர்ந்த ஊர் ஆனாலும் இங்கே தான் மூவேந்தர்கள் நாணயங்கள் அச்சடிக்கபட்டது கிமு காலங்களில்.

சேரர்கள், சோழர்கள், பாண்டியர்கள் காலத்தில் பின்னாளில் போர் நடந்து கைபற்றிய பிறகு ஆய் நாட்டில் குயிலான் என்பது கொல்லர்கள் வாழ்ந்தபகுதி என்றாலும் இவ்வூர் சிறுக சிறுக குயிலான் (காயிலான்) கடையாக மாறி உள்ளது.

ஆய் நாடு கௌமாரம், கணாபத்யம் தோன்றிய இடம் என்பதால் இங்கே சைவ, வைணவம், சாக்தியம், பௌத்தம், சமணம் என வந்தாலும் உலகில் எவர் கண்ணுக்கும் தென்படவில்லை வரலாறு ஏனோ இருண்ட காலம் ஆனது.

கிபி7ம் நூற்றாண்டில் ஆதிசங்கரர் இதனை சன்மார்க்கம் என ஒரு குடைக்கின் கீழ் கொண்டு வந்த பின்னர் எஞ்சிய ஆய் மன்னர்கள் வரலாறு அழியாமல் கண்ணில் நீண்ட இடைவெளி பின்னர் தென்பட்டு உள்ளது.

தற்போது இந்து மதத்தில் உள்ள சைவம், வைணவம், சாக்தம், காணாபத்தியம், கௌமாரம், சௌரம் என ஆறு மார்க்க பிரிவுகள் உள்ளது.
வசந்த் வெள்ளைத்துரை

ஆயுத நாட்டில் தான் நாணயங்கள் அச்சடிக்கபட்டதை மேலும் நிறுவும் சான்று நம்மிடம் இன்று வரை உள்ள ∴ என்னும் ஆயுத எழுத்து. இதற்கு இன்னும் ஒரு பெயர் புழக்கத்தில் உள்ளது அதுவே அக்கண்ணா. நாணயங்கள் அச்சடிக்கும் இடத்தை அக்கசாலை என சங்க இலக்கியம் இதனைப் பதிவு செய்து உள்ளது.

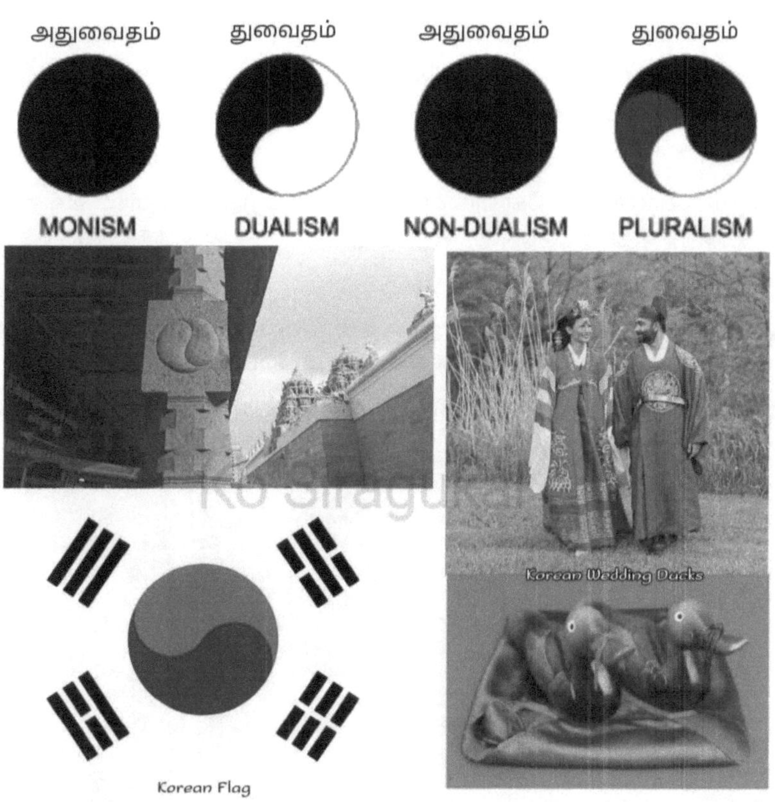

உலகம் முழுக்க பரவிய தத்துவம் இங்கே ஏனோ மதத்திற்குள் கட்டுகொள்ள காட்சி தருகிறது. இந்த படத்தில் உள்ள உருவங்கள்

அனைத்து கோயில் தூன்களிலும் காணலாம். கொரியாவின் தற்போது உள்ளது கொடி முதல் பாரம்பரியமாக அங்கு உள்ள அனைத்து இடங்களிலும் காணலாம்.

இது சமயம் சார்ந்ததை தாண்டி மனிதனின் ஒரு மனிதனின் ஆழ்மனதில் தோன்றும் ஆழமான காதலின் சின்னமே.

ஆதிசங்கரர் இறந்து 1200 ஆண்டுகள் கடந்துவிட்டது. இங்கு கோவில் வழிபாடு பல மாற்றங்கள் வந்துவிட்டது.

இன்னும் கேரளாவில் கோவில்கள் தமிழகம் மற்ற ஊர்களில் உள்ளது போல இருக்காது. கட்டுப்பாடு கோட்பாடுகள் என பல வந்துவிட்டது.

அவர் செய்தது சிரியது என்றாலும் சன் மார்க்கம் சிதறாமல் ஒன்று சேர்த்துள்ளார். அதுவே திசைக்கு ஒன்று என 4மடங்கள்.

ஆய் நாடு மருத்துவதுறையில் சிறந்து விளங்கியது ஆயுர் வேதம் இங்கு

Hospital - **மருத்துவமனை குறியீடு**

சித்தர்கள் மூலமாக பொதிகைமலை இயற்கையாக இருந்தமையாலும்
வசந்த் வெள்ளைத்துரை

இங்கே பௌத்தம் சமணம் தனித் தனியாக கல்வி மற்றும் மருத்துவத்தை பெரியளவில் மேற்கொள்ள அதன் விரிவாக்கம் உலகில் உள்ள பல நாடுகளை ஆய்நாடு தெரிய கிழுவில் அறிய தொடங்கியது..

ஆய் நாடு கிழக்காசிய நாடுகளில் மட்டுமல்லாமல் கிரேக்கம் வரை இதன் வரலாறு தடயங்கள் தாங்கி உள்ளது. கொரியாவில் பாரம்பரிய மருத்துவ முறை மற்றும் குத்தூசி வர்மம் ஆய் நாட்டில் இருந்து செம்பவளம் கொண்டு சென்றதே. உணவே மருந்து (கொரிய உணவுகளில் நம் உணவுகள் ஒத்து போக காரணம் இதுவே).

ஆய் நாட்டில் சமயம் சார்ந்து கருத்து முரன் இருக்க வாய்ப்பு இல்லை. காரணம் இப்போது உள்ள எதுவும் செம்பவளம் சென்ற கிபி1ல் அந்த காலகட்டத்தில் அதன் வடிவில் இல்லை.

பௌத்தம், சமணம் அது வணிக குழு அவ்வளவு தான்.

கிறிஸ்தவம் ஆய் நாட்டு வடக்கில் வணிகத்தில் பழையூரில் (குருவாயூர்)இருந்தது.

கிபி4-5ல் தான் இஸ்லாமியம் ஆய் நாட்டில் வருகிறது.

அதற்கு முன் எவ்வாறு இருந்தது ஆறு மார்க்கம் தனித்தனியே தான் என்றாலும் கொரியாவில் உள்ள இருமை தத்துவம் தான். ராமன், கண்ணன், சிவன் வரை நீல வண்ணம். அம்மன்,முருகன், கணபதி சிவந்த வண்ணம்.

வசந்த் வெள்ளைத்துரை

இதனை எல்லாம் பின்னாளில் 7ம்நூற்றாண்டில் பக்தி இலக்கியம் ஆனாலும். வாளும், வேலும், சூலமும் அடையாளம் கொடுத்தது பின்னர் தான்.

சூலம் என்பதும் ஆய் நாட்டு குறியீடு தான் வேல் என்னும் ஈட்டியும் ஆய் நாட்டு குறியீடு தான். சூலத்தில் மும்முனையில் எலுமிச்சை குத்தி பார்த்தால் தெரியும் ஆய் நாட்டின் குறியீடு "∴" அக்கண்ணா.

அப்படியானால் ஆய் நாட்டில் சமயம் எவ்வாறு இருந்தது என்றால் அது எனது ஐந்தாவது பாடலில் உள்ளது.

ஆய் நாடு எவ்வாறு மூன்று டிராக்கில் ஏற்ற முடியாதோ அதே போல ஆய் நாடு ஏதோ ஒரு சமயத்துடனும் அடக்க முடியாது.

ஆய் நாட்டில் அரபியர்கள் வணிகம் அதற்கு முந்தையது. கிபி712 முன்பே கட்டிய இஸ்லாமிய பள்ளிவாசல் இன்னும் உள்ளது.

சேர சோழ பாண்டியன் காலத்தில் ஆரேபியர்கள் எப்படி தமிழகத்தில்? என்ற கேள்வி கிபி570ல் தான் இஸ்லாம் தோன்றியது என்பதற்கு பதிலாக நான் தந்தது.

இல்லை ஐயா. நம்மூரில் எவ்வாறு சப்தகன்னியர் வழிபாடு எப்படியோ அவ்வாறு மூன்று பெண் தெய்வம் வழிபாடு இருந்தது. அல்லாத் , அல்உஸ்ஸா மற்றும் மானத் என முப்பெரும் தேவதைகளான தேவிகளே.அதன் பிறகே கிபி570ல் 360தேவதைகள் உள்ளடக்கி இஸ்லாம் மீள்கட்டமைப்பு செய்யப்பட்டது.

ஆய் நாடு சமயம்   இரண்டாயிரம் ஆண்டுகளுக்கு முன்பு.

வசந்த் வெள்ளைத்துரை

செளரம் சூரிய வழிபாடு இந்த இரண்டாயிரம் ஆண்டுகளில் பக்தி பல வடிவங்கள் வந்துவிட்டது.

ஆம் இன்றைய சபரன் கரை (மும்பை) முதல் குமரி வரை ஆயர்களின் கண்ணன் வழிபாடு. அதே போல குமரி முதல் நீலத்திரை (பூரி)வரை இருந்தது முருகன் வழிபாடு.

மாயூரம் தலையில் தரித்தவர்கள் மாயோன் வழிபாடு என்பது கரவு கடலில் (அரபி கடலில்) சூரியன் மறையும். அதனை வழிபடும் மக்கள் மாயோன் வழிபாடு.

பங்கய கடலில் பங்கயம் உதிக்கும் கடல் (வங்க கடல்) அதை வழிபடும் மக்கள் சேயோன் வழிபாடு.

கிருணன் (செளரம்-சூரிய)வழிபாடு என்பதுவே கிருஷ்ணன் வழிபாடு என தென் தமிழகத்தில் இருந்து வடக்கு வரை சென்றது. உலகம் வரை பல வடிவங்கள் வந்துவிட்டது.

யார் இந்த மாயோனும் சேயோனும் கேதளம் (கேது) - மயில் இறகு தரித்த கேதள புத்திரர்கள் ஆய் நாட்டின் பூர்வ குடிகளான இடையனும், இனனும்.

ஆம் ஆய் நாடு பற்றிய தகவல் இதுவரை தரையில் நீங்கள் கண்டது 1% மட்டுமே. கடலில் உள்ளது

கடல் இது ஒரு பெரிய தனி உலகம் மீன் பிடிப்போர்க்கு நன்கு தெரியும். இந்த உலகம் நிலம் போல நிலை இல்லாதது.

வசந்த் வெள்ளைத்துரை

ஆய் நாட்டு கடலில் இறங்கும் முன் மாயோன்களான கண்ணன் மற்றும் மருகன் (முருகன்) கேதள புத்திரர்கள் கண்டோம்.

மற்றும் ஒருவரையும் கண்டுவிடுவோம். அதுவே விநாயகர் (கணபதி)

இவரும் ஆய் நாட்டு மன்னன் மாவலான் (மாவலி).. வேறு யாரும் இல்லை யானை பாகன் தான். நாகர்கோவிலில் நாகராஜா கோயில் உள்ளது கண்ணன், சிவன் கோயில் என இருந்தாலும் உள்ளே இருக்கும் நாகராஜன் இந்த மாவலான் தான். நாகம் என்றால் பாம்பு என்று நமக்கு புகட்டி விட்டனர்.

ஆம் நாகம் என்றால் யானை.

நாகர்கள் என்போரும் யானை உடன் வாழும் ஆய் நாட்டு மக்களே..

பங்கய கடல் (வங்க கடல்) சேயோனுக்கு. (1)
கரவு கடல் (அரபி கடல்) மாயோனுக்கு. (2)

அதே போல இந்த இருதிரையன் கடல் (Erythraean Sea) பரதவராஜனான (வரதராஜப்பெருமாள்).

முக்குளித்து முத்தெடுக்கும் முத்துடையராஜாக்கள்.

சேயோன் இனர்கள் செம்வேடவர்கள் மற்றும் செம்படவர்கள் காட்டிலும் கடலிலும் கண்ணிவலை விரிப்பவர்கள்.

வசந்த் வெள்ளைத்துரை

இந்த இருதிரையன் கடலுக்கு மற்றும் ஒரு பெயரே ரத்தின கடல். தொடியோள் பௌவம் என்பது தேன்கூடு வடிவில் ஆன ரத்தின கடலே (Indian Ocean). ரத்தின கடல் கிழக்கில் சாவகம் தாண்டினால் பசுபதி கடல் (Pacific Ocean) மற்றும் ரத்தின கடல் மேற்கே அழலானி கடல் (மாய கடல் - Atlantic Ocean)

கரவு கடலை கடந்து வடமேற்கே செங்கடல், மரகதகடல் மற்றும் கருங்கடல் தொட்டால் கிரேக்கம், ரோமானியம் காணலாம்.

பங்கய கடலை கடந்து தென் கிழக்கில் சென்றால் சாவகர் தீபம்

பங்கயகடலை கடந்து வடக்கு கிழக்கில் மஞ்சள் கடலை கடந்தால் கோசேயோன் (கொரியா) மற்றும் ஆயோன் (ஜப்பான்) நாட்டை காணலாம்.

நாக வழிபாடு வரதராஜனுக்கு படுக்கை எனவும் சிவனுக்கு அணிகலனாகவும் கழுத்தில் பாம்பு அணிந்து காட்சி தந்தது பக்தி இலக்கிய காலத்தில் தான்.

ஆம் சிவனுக்கு ஒருதலை பாம்பு பெருமாளுக்கு ஐந்து தலை பாம்பு.

சூரினுடன் இது ஒரு தலைபாம்பு சந்திரனை வைத்து குறிப்பிடும் சந்திர நாட்காட்டி. இதனை பின்பற்றினால் சந்திரகுலத்தவர்கள்.

சூரிய சந்திரனுடன் மற்ற ஐந்து தலை பாம்பு வைத்து குறிப்பிடுவது பஞ்சாங்கம். சூரிய குடும்பத்தினர். இதனை பின்பற்றினால் சூரிய குடும்பத்தினர்.

ஆய் நாட்டின் வடமேற்கில் சூரிய நாட்காட்டி வடக்கு கிழக்கில் சந்திர நாட்காட்டி.

கடல்கடந்து சென்றது வட மேற்கில் மயன் நாகரிமும். சீனன் என்பது பௌத்தத்தையும் குறிக்கபட்டது தமிழில் தான்.

கடல்கடந்து வடக்கு கிழக்கில் சென்றது சேயோன் நாகரிகம். சீவகன் நாகரிகம். சாவகன் என்பது சமணத்தையும் தமிழில் குறிக்கப்பட்டது.

இவை நிகழ்ந்தது கிமுவில் ஆனால் உலக வரலாறு சமணமும் பௌத்தமும் கடல் கடந்தது என குறிப்பிடும் கிபி வரலாறு பிழையானது.

புற்றுக்கு பாலும் மஞ்சளும் ஊற்றி வழிபட்டது சக்தி வழிபாட்டில் இருந்து பிறந்தது.

வசந்த் வெள்ளைத்துரை

அமாவாசை வழிபாடு கருப்பு கருநீல வழிபாடாக இறந்தோர் வழிபாடாக இருந்தது.

வசந்த் வெள்ளைத்துரை

பௌர்ணமி வழிபாடு சிவப்பு சக்தி/தேவி வழிபாடாக இருந்தது.

கருப்பு வழிபாடு கண்ணன் வழிபாட்டடனும். சிவப்பு சக்தி வழிபாடு கந்தன் வழிபாட்டுடன் காலப்போக்கில் மாறிவிட்டது. நாட்டார் வழிபாடு என்பதும் மாயோன் சேயோன் வழிபாடுகளே.

வடமேற்கில் பின்னாளில் மாயன் வழிபாடு மாறிவந்ததுவே இப்போது கிறிஸ்தவமும் இஸ்லாமும்.

ஏதோ தென் கோடியில் முத்தமிடும் கடற்கரை என ஆய் நாட்டை என எடுத்து கொள்ள முடியாது.

ஆம் இந்த ஆய் நாடு உலகிற்கு வெளி பார்வையில் வந்தால் உலக சரித்திரமே மாறும்.

ஆய் நாடு உலகில் இத்தனை பேரு கண்ணில் படாமல் இருக்க காரணம் இங்கே உள்ள சமயங்கள் அதனை சார்ந்த புராண கதைகள் தான். இவை அனைத்தும் கிபி5 முதல் கிபி8வரை அழித்து எழுதப்பட்டது.

பௌத்தம் கூறும் புத்தர் (கோதமன் சித்தார்தன்) ஆய் நாட்டில் பிறந்தவன் தான் ஆய் நாட்டை ஆண்டவர் தான்.

சமணம் கூறும் மகாவீரன் (வர்த்தமானர்). தமிழில் வர்த்தமானி என்றால் செய்திதாள். வர்த்தமானர் என்றால் சேதி , சங்கதி சேகரிப்பவர் மற்றும் கூறுபவர் என்று பொருள்.

வசந்த் வெள்ளைத்துரை

சமணமும் பௌத்தமும் கூறிய இருவரும் ஆய் நாட்டு இளவரசர்களே. பின்னாளில் *சித்தர்கள்* ஆன சித்தார்த்தன்கள்.

கோதமன் புத்தன் கரவு கடலில் நெரியல் விற்றவன்

வர்த்தமான சித்தன் பங்கய கடலில் சிந்துசம் விற்றவன்.

நெரியல் மற்றும் சிந்துசம் வேறு ஒன்றுமில்லை இன்று உலகம் முழுவதும் ஹோட்டலில் மேஜையில் உள்ள மிளகும் மற்றும் உப்பும் தான்.

புத்தனுக்கு தலையும் சமணருக்கு உயிரும் போனது ஆய் நாட்டில் தான்.

கரவு கடலில் வடமேற்கில் சிந்துநதிகரை அடைந்த பௌத்தர்கள் மற்றும் சமணர்கள் கங்கை நதிகரை தொட்டு பங்கய கடலுக்கு வந்தடைந்தனர். கங்கை கழிமுகத்திற்கு தாமரை வாருணியே (தாமிரபரணியே).

சிந்துநதியும் சேயோன் நாகரிக தொட்டில் தான் சிந்துசம் என இயற்கையாக வெட்டி எடுக்கும் உப்புபாறையே.

மாயன்கள் வடமேற்கில் செங்கடல், மரகத கடல், கருங்கடல் தொட்டு ரோமாணிய நாடு வரை வாணிகம் செய்தனர். பாண்டியன் என்று கிரேக்க ஏதென்ஸ் மற்றும் எகிப்து நாட்டில் அரசன் ஆக இருந்துள்ளனர்.

வைணவத்தில் வாசுகியை வைத்து மந்தார மலையை மத்தாக கடைந்தாக கதை உண்டு அந்த மந்திராமலையும் ஆப்ரிக்காவிலா அல்லது காஞ்சிபுரத்தில் உள்ளதா?
வசந்த் வெள்ளைத்துரை

இந்த மந்திர மந்தாரமலையும் ஆய் நாட்டில் தான் உள்ளது அதுவே மகேந்திர மலை. இந்திரன் முடி.

வாருணி இந்திரன் மகள் முருகன் மனந்தாக கூறப்பட்ட தெய்வானை. நெய்தல் நில மக்கள் மற்றும் முல்லைநில மக்கள் உடனே உருவாக்கிய மருதநிலப்பரப்பு.

கடலில் வள்ளம் செலுத்தும் வள்ளனும் வள்ளியும் உருவாக்கியதே மருதநிலம்.

அதே போல ஆய் நாட்டில் இருந்து கலிங்கம், கழாகம் கடாரம் சாவகம் என கிழக்காசிய நாடுகள் முழுக்க நாடு கடத்தபட்டது புத்தரும் சமணர் மட்டும் அல்ல அகத்தியரும் திருவள்ளுவரும் தான்.

ஆம் வாருணி என்றாலே அகத்தியே இதில் இந்திர மகளான வள்ளி பாடியதே   குறட்டாழிசை.   இந்திரமலை   பக்கத்தில்   வள்ளியும் வள்ளியூரும் பெயர் மாறாமல் இன்னும் ஆய் நாட்டில்.

அதே போல திருக்குறள் அது வடித்த காலம் முதல் இன்று வரை மனப்பாட பாட்டு தான்.

நமக்கு ஆசாரிக்கும் பூசா(தா)ரிக்கும் வித்தியாசம் தெரியாமல் போனது. ஆம் இன்னும் கேரளத்தில் குயவன், கொல்லன், தச்சன் மயனாச்சாரியே. பூதாரி நம்பூதிரியே. சேயோன் மக்கள் வானசாஸ்திரம் (சந்திரநாட்காட்டி) மற்றும் மாயோன் மக்கள் வாஸ்து சாஸ்திரம் (சூரிய நாட்காட்டி) வைத்து ஆய் நாட்டில் வணிகர்கள் பயன்படுத்திய இந்திர நாட்காட்டியும் உண்டு.

வசந்த் வெள்ளைத்துரை

இந்த நிலப்பகுதி பற்றி புரிதல் உங்களுக்கு இருந்தாலே புராணங்கள் மற்றும் செவி வழி கதைகள் ஏன் இன்னும் இங்கு கிடைக்கும் கல்வெட்டுகள் மற்றும் சுவடிகள் பதிந்த சரித்திரம் தெளிவாகும்.

இமயம் முதல் குமரி வரை மலைகளை மற்றும் முக்கடலை ஆண்டது. சமுத்திரராஜன், ஆழியான், நெடியோன் என முல்லை நில மக்கள் தலைவன் மாயோன், கோவிந்தன் -கோவித்தனு -விஷ்ணு.

கிழக்கில்-பங்கய கடல் (வங்க கடல்) சூரியன் உதிக்கும் கடல்

மேற்கில்-கரவு கடல் (அரபு கடல்) சூரியன் மறையும் கடல்

தெற்கில் -ரத்தின கடல் (குமரி கடல்)

இந்த நிலப்பகுதி மூன்றாக பிரிக்கப்பட்டது. கீழ் மேல் திசையில்.

கடக ரேகை - Tropic of Cancer

புவி நடு கோடு - Equator

மகர ரேகை - Tropic of Capricorn

வடக்கு திசை - ஆரோகணம் (ஏறும் கை)

தெற்கு திசை - அவரோகணம் (இறக்கும் கை)

உலகில் உள்ள இசையிலும் இதுவே இயற்கை விதி.

வசந்த் வெள்ளைத்துரை

தட்சிணாயனம் இரண்டு பருவ காலங்களையும் (இலையுதிர் காலம், குளிர்காலம்) மற்றும் உத்திராயணம் இரண்டு பருவ காலங்களையும் (இளவேனிற்காலம், கோடைகாலம்).

இந்த மேலே குறிப்பிட்ட 4பருவகாலமே பிரமம். பக்தி இலக்கிய காலத்தில் பிரம்மனுக்கு 4முகமாக பதிய பட்டது இதனால் தான்.

இதுவே மலையில் வாழும் மக்கள் குறிஞ்சி, முல்லை,நெய்தல், பாலை நிலத்தின் மக்கள் காணும் பருவமாக இருந்தது.

நெருப்பு ராசிகள் - பூமத்திய ரேகை படரும் பாலைவனம், அதிக வெப்பம் தகிக்கும் நாடுகள். பீடபூமிகள்.(வடக்கு) குபேரன்

நில ராசிகள் - விவசாயம் தழைக்கும் நாடுகள், சதுப்பு நில நாடுகள், அடர்ந்த காடுகளை கொண்ட நாடுகள். (தெற்கு) நமன்

காற்று ராசி - பனி படர்ந்த சூரிய ஒளி மிகவும் குறைவாக படும் நாடுகள். (மேற்கு) வருணன்

நீர் ராசிகள் - தீவுகள், தீபகற்பம், நீரால் சூழப்பட்ட நாடுகள் என பிரிக்கலாம். (கிழக்கு) - இந்திரன்.

இதில் அனைத்தும் ஒன்று நடுவன் என்பதை குறிக்கவே *நமச்சிவாய* மற்றும் *நமோ நாராயணன்* என்பது.

வசந்த் வெள்ளைத்துரை

சித்திரை, ஆடி, ஐப்பசி,தை என மூன்று மாதங்கள் நான்கு பருவம் என்றது.

சித்திரை, ஆடி, ஐப்பசி,தை என மூன்று மாதங்கள் நான்கு பருவம் என்றது.

நெய்தல் நில மக்கள் காற்று மூலமாக ஆடி மாதத்தில் பெரிய பாதிப்பு கண்ட போது குமரிக்கண்டத்தில் நெய்தல் நில மக்களுக்கு குறிஞ்சி நில மக்கள் கொடுத்தனுப்பிய கேழ்வரகு மற்றும் கம்மம் கூழ் ஆடி மாதம் முழுவதும் அம்மன் கோயிலில் கூழாக கொடுத்து வருவது இன்று வரை அழியாமல் சுவடு தாங்கி உள்ளது.

ஆடி மாதத்தை மையத்தில் வைத்து இதனை ஆறு கால பருவமாக பிரித்தது ஆடி, புரட்டாசி, கார்த்திகை, தை, பங்குனி, வைகாசி என ஆறு தரும் -சண்முகம்

கார், கூதிர், முன்பனி, பின்பனி, இளவேனில்,முதுவேனில் ஆகிய பருவங்கள்.

இந்த மேலே குறிப்பிட்ட பெருவகாலமே சண்முகம். பக்தி இலக்கிய காலத்தில் பிரம்மனுக்கு 6முகமாக பதிய பட்டது இதனால் தான்.

புவிநடுகோடு வரை இருந்த நில பரப்பு வானில் இருந்து வந்த எரிகல் கடலில் விழுந்து கடல் கோளால் புவிநடுகோட்டில் வரை இருந்த நில பரப்பு நீரில் மூழ்கி மகர ரேகை வரை நகர்ந்து சென்றது. நாகர்கள் என்ற ஒற்றை இனம் உலகம் முழுக்க சிதற காரணமும் இதுவே.

வசந்த் வெள்ளைத்துரை

எரிகல் விழுந்த இடம் ஆய் நாட்டின் கிழக்கில் ஓடும் தாமிரபரணி என்னும் ஆற்றில் சீரலவாய் என்னும் இன்றைய திருசெந்தூர் தான். மகர ரேகை வரை சென்ற நில பரப்பு இன்றைய மடகாஸ்கர் பகுதி. இதனை காலம் காலமாக தாங்கி நிற்கும் சுவடே சூரசம்ஹாரம் மற்றும் தீபாவளி பண்டிகை.

வசந்த் வெள்ளைத்துரை

இதில் இறந்தோர் நினைவாக மாவிளக்கு மற்றும் எள்ளில் வைக்கும் பிண்டம் இன்று எண்ணெயில் பொறித்து எடுத்து அதிரசம் மற்றும் முறுக்கு என தின்பண்டங்கள் ஆனது.

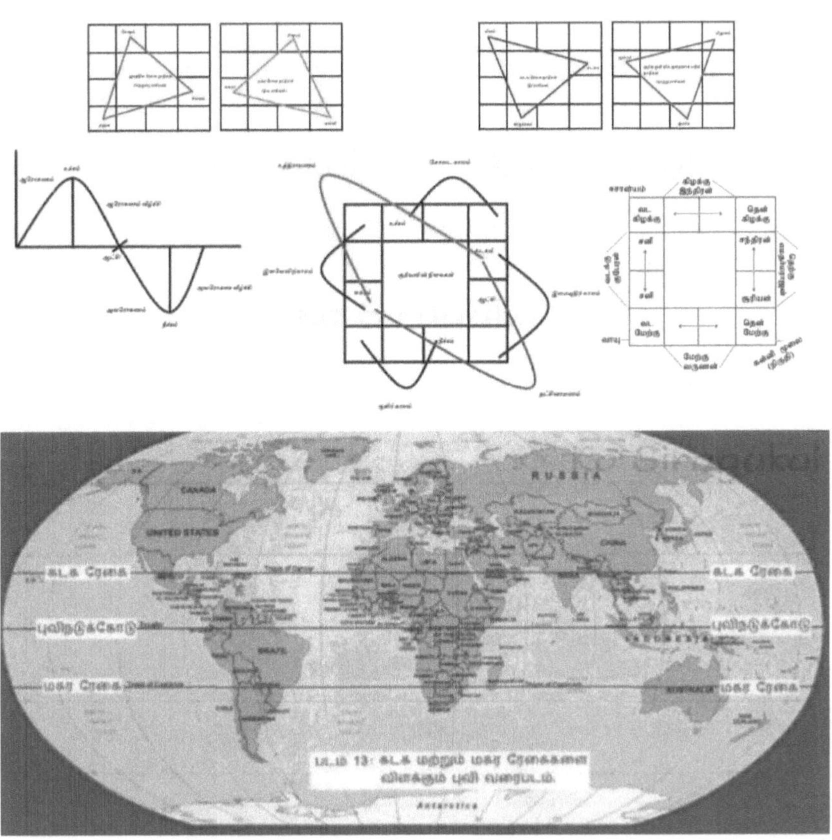

வசந்த் வெள்ளைத்துரை

கரவுகடலை கடந்து செங்கடல் வழியாக மரகத கடலை மற்றும் கருங்கடல் தொட்டால் கிரேக்கம், ரோமானியப் காணலாம் இதனை கண்டவர்கள் மாயோன் வழிபாடு கொண்ட மாயன்கள் என அறியப்படுகின்றனர்.

பங்கய கடலை கடந்து மஞ்சள் கடலை கடந்தால் கோசேயோன் மற்றும் ஆயோன் (ஜப்பானை) காணலாம் இதனை கண்டவர்கள் சேயோன் மக்கள்.

நான் இதுவரை கூறியது அனைத்தும் 10000 ஆண்டுகள் முன் இருந்த தமிழனின் அழியா அறிவியல் சொத்துக்கள்.

முகம்-சூரியன்

2முகம்-சந்திரன் (அமாவாசை, பௌர்ணமி)

3முகம்- கனிகள்

4முகம் - கால பருவம் பிரமம்.

5முகம்- பஞ்சாங்கம்

6முகம் - கால பருவம் சண்முகம்.

7முகம்- வானவில், சப்தம்

8முகம் - திசைகளின் செல்வங்கள்.

9முகம்- தாணியங்கள், மணியங்கள்

10முகம் - நில திசைகளுடன் கடலும், வானும் சேர்ந்தது.

தாமரைவாருணி - தாமரபரணி.

வசந்த் வெள்ளைத்துரை

பொருப்பன் - மேற்கு தொடர்ச்சி மலையில் வாழ்ந்த குறிஞ்சி நில மக்கள் (குறவன்)

மலையபொருப்பன் - கிழக்கு தொடர்ச்சி மலையில் வாழ்ந்த முல்லை நிலமக்கள் (இடையன்)

குறவன்இடையன் - குறபண்டையன் - குறபாண்டியன். என்பது குறிஞ்சி நிலமக்கள் மற்றும் முல்லை நில மக்களுடன் பெண் கொடுத்து பெண் எடுத்து கொண்ட நிகழ்வே. இந்த இணைந்த சேர்க்கையே சேரம்- சேரன் என்பதும்.

இதனை குறித்த நிகழ்வே மதுரை மீனாட்சி திருக்கல்யாணம். திருமால் கைப்பட சொக்கனுக்கு(சிவன்) மீனாட்சி (பார்வதி) கல்யாணம் நடப்பதே சித்திரை திருவிழா.

பொருப்பன் - பாண்டரங்கன்

மலையபொருப்பன்- பாண்டுரங்கன்

பக்தி இலக்கியம் அல்லது புராணங்கள் குறித்ததும்.. அதே போல இலக்குமி என்னும் இலக்கை குறிவைத்து தாக்கும் வேடவ பெண்ணாக. மலைமகள் என மகேசுவரி.

இதனை தாங்கிய சுவடுகளே.

காட்டு வாழ்க்கை வாழும் முனிவர்கள் இங்கு மயிராண்டி, மாயாண்டி, முனியாண்டி ஏனோ அச்சமூட்டும் நபர்களாக சித்தரித்தது கதைகள் வந்தது கிபி7 காலங்கள் பிறகு தான்.

வசந்த வெள்ளைத்துரை

குமரிக்கண்டம் அழிவுக்கு பிறகு நெய்தல் நிலமக்கள் மற்றும் முல்லைநில மக்கள் சேர்ந்து உருவாக்கியதே மருத நிலப்பரப்பு. வள்ளி திருமணம் என்பதும் நெய்தல் நில மீனவர்கள் (பாண்டியர்) மற்றும் முல்லை நில மக்கள் ஆயன்கள் (சேரர்) ஒன்று கூடி மருத நிலப்பரப்பை உருவாக்கியது.

இவர்களே இந்திர குலத்தவர்கள் என்னும் சோழர்கள். இந்திரன் பட்டமும் உலகில் சோழர்களுக்கு மட்டுமே உரியது. அதே போல இந்திர திசை சொல் தாங்கிய கிழவன்-கிழத்தி என தலைவன் தலைவி என பொருளுடன் அழியாத சுவடுகள். மருதநிலப்பரப்பில் பின்னாளில் தலைமை ஏற்றவர்களே பல்லவர்கள். இவர்களும் இந்திரபட்டயம் உடையலர்களே.

மேலே கூறியவை தான் சுத்தி சுத்தி பக்தி இலக்கிய காலங்களில் நமக்கு தலை சுற்ற நமக்கு புகட்டிய புராணம் மற்றும் பக்தி இலக்கியம்.

அகத்தியர் இமயத்தில் இருந்து வரவும் இல்லை சிவன் வடக்கரும் இல்லை. தமிழ் மொழியை இமயத்தில் இருந்து பொதிகை வந்து வடிக்கவும் இல்லை.

தாமரபரணி

அகத்தியர் தெற்கில் தான் இல்லை வடக்கில் ஆவது உள்ளாரா?

கிழக்கு தொடர்ச்சிமலை திண்டுக்கல் சிறுமலையில் துவங்கி வேங்கடமலை தாண்டி உள்ள நிலப்பகுதி மகேந்திரமலை என ஒடிசா வரை நீளும் மலை.

வசந்த் வெள்ளைத்துரை

மேற்கு தொடர்ச்சி மலை என்னும் மேருமலையில் வாழ்ந்தவர்கள் இந்த கிழக்கு தொடர்ச்சி மலையும் முழுமையாக வாழ்ந்தனர்.

புராணம், இலக்கியம், ஏன் இன்னும் கிராமங்கள் நடத்தும் கூத்தில் கூட இம்மலை குறிப்பிடபடுகிறது.

மேரு மலை - மேற்கு தொடர்ச்சி மலையே

குணமேரு - குமேரு - கிழக்கு தொடர்ச்சி மலையே

இவை இடையில் பூமியின் கடகரேகையில் கடக்கும் மலையே. விந்தம் மலை.. கோவிந்தன் மலையே.

நருமதை - ஆண் ஆறு
தபதி - பெண் ஆறு

கடக ரேகை மேல் சென்றால் பருவநிலைமாற்றம் மற்றும் காலநிலையில் சமமாக இருக்காது.

இங்கு இருந்து விந்திய மலையை தாண்டிய குறவர்கள் மற்றும் ஆயர்கள் அவர்கள் கண்ணில் பட்ட விலங்கே சுமனை மாடுகள். அதுவே இன்று வரை இங்கு சிந்து மாடு என அழைப்படுகிறது.

ஆருடவல்லி மலை இங்கே குறி சொல்வது வருவதை கூறுவதாக இருந்தது. இதன் மேற்கில் குசன் மலையில் கிழக்கு தொடர்ச்சி

மலையில் இருந்த குயவர்கள் இரும்பெயர்ந்து வாழ்ந்த பகுதியே இன்றைய சிந்து சமவெளி நாகரிகம்.

இதுவே தர்ப்பை புல்லை கிள்ளி போட்டதும் லவ குசனாக இராமாயணம் கூறியது. புராணம் தரும் செய்தி கூடுதல் தகவல்.

லவ குச என்பது லவணவதி ஆறு மற்றும் குசன்மலை இதில் குயவர்கள் உருவாக்கிய நாகாரிமே அராப்பா மற்றும் மேகன்சதுரம் (மொஹஞ்சதாரோ).

இவர்கள் பேசிய மொழியே இவர்களே அரவர், அருவர் மக்கள்..

இவர்கள் உலகில் உருவாக்கியதே சுமேரியன், சீனம், எகிப்து நாகாரிம் இது மாசாத்துவான் வணிக பாதை தரைவழியில் நடப்பது.

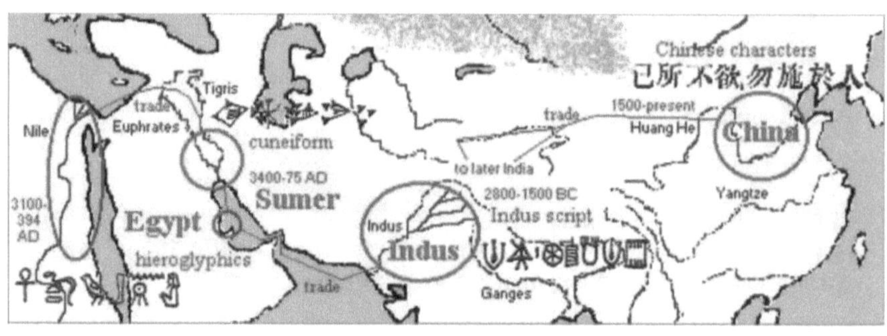

அந்த அரவர் அருவர் வேறு யாரும் இல்லை தமிழ்மொழியே தமிழர்களே. அரவமொழி தமிழ்மொழியே. தரைவழி வணிகம் மாசாத்துவான் கடல்வழி வணிகம் மாநாய்கன்.

வசந்த் வெள்ளைத்துரை

இதற்கு முன்னால் பதிந்தவை அனைத்தும் குறைந்தபட்சம் கிமு3000 ஆண்டு முன்னால்.

ஆனந்தி - பொருப்பன் என்ற பொதிகைமலையில் இருந்து கருநெல்லிகாடுகளை கடந்து கிழக்கு நோக்கி பொருநை ஆக ஓடுகிறது (சிவை)

இன்றைய இமயத்தில் கீழே கடக ரேகை வடமேற்கு பகுதி காங்கை மண்டலம் வெப்பம் அதிகமாக பகுதி தார் பாலைவனம் உள்ள பூமி. சானகம் மண்டலம் தென்கிழக்கு பகுதி குறவேடர்கள் வாழ்ந்த காட்டுபகுதி உள்ள பூமி.

காங்கை பகுதிகளை கடந்து தாமரை வாருணி ஆக பங்கய கடலில் கலக்கும் நதி பத்மநாயகி (தாமரை வாருணி). கங்கை கழிமுகத்தில் பத்மாவதி ஆறு என இன்றும் பங்கய கடலில் கலக்கிறது. தாமரப்பலி என துறைமுகம் கிமுநூற்றாண்டு முதல் உள்ளதை வடக்கு மற்றும் தெற்கே உள்ள தரவுகளில் பதியப்பட்டுள்ளது.

ஆனந்தி - இதுவே இலங்கை மற்றும் இன்றைய தமிழகத்தின் பொதிகைமலையில் இருந்து ஓடும் ஒரு நதி.

ஆனந்தன் - பொருப்பன் என்ற பொதிகைமலையில் இருந்து கருநெல்லி காடுகளை கடந்து பொருநன் என மேற்கு நோக்கி ஓடுகிறது. (சிவம்)

ஆம் இந்த மூன்று கழிமுகமும் 3பொருளை விளைய வைத்து மூன்று பொருளை கழிமுகத்தில் கொண்டு சென்று கடல் வாணிகம் செய்தது.

வசந்த் வெள்ளைத்துரை

கிழக்கில் ஆனந்தி ஆற்றில் விளைந்தது கொற்கை - கொள்கை (கொள்முதல் பட்டினம்) துறைமுகத்தில் வாணிகம் செய்ய வந்தது இலக்குமி (மஞ்சள் &இஞ்சி)

மேற்கில் ஆனந்தன் ஆற்றில் விளைந்து தருமபட்டினத்தின் துறைமுகத்தில் வாணிகம் செய்யவந்தது நெரியல் (மிளகு)

வடமேற்கு சிந்துகழிமுகத்தில் மற்றும் தென்மேற்கில் கொற்கையில் துறைமுகத்தில் வாணிகம் செய்துவந்தது சிந்துசம்/லவணம் (உப்பு).

கங்கை ஆற்றில் விளைந்து தாமரபலி துறைமுகத்தில் வாணிகம் செய்யவந்தது மகதம் (திப்பிலி). சீனாவரை சென்று இந்த வணிக பாதையை கட்டமைத்தவனே போகர். கிழக்கு தொடர்ச்சிமலை மற்றும் மேற்கு தொடர்ச்சியாக மலையின் மத்தியில் வைய்யாபுரி நாட்டை ஆண்ட அகண்ட மீசை வைத்த சுத்தோதனின் மகனே போகன் (புத்தன்). இதில் முன்னாளில் பருத்தி நூல் நூற்று கலிங்கம் என்னும் ஆடையை வணிகம் செய்தவர்கள் அமணர்கள்.

திரிகடுகம் நல்லாதன் என்னும் போகர் (அருக அருவன்) எழுதிய நூலே.

ஆம் கிமுவில் இருந்து கிபி2 பிறகு காணாமல் ஏன் ஆய்நாடு போக வேண்டும்.?

அனைத்து சமயம் தொடக்கம் கிமு3 அதற்கு முன். எல்லாம் இராமாயணம் அல்லது மகாபாரதம் புராணக்கதை அல்லது பக்தி இலக்கிய கதை.

வசந்த் வெள்ளைத்துரை

இதனையும் தாண்டி மற்ற சமயத்திற்கு மதம் மாறிய மக்களுக்கு ஏற்று கொள்ள சிறு நெருடல்.. காரணம் வடக்கில் இருந்துட்டு போகட்டும் இங்கு இப்படி தேவையா என அரசியல் முதல் வணிகம் வரை சமயம் கூட இன்று ஏனோ விற்பனை பொருளாக மாறிவிட்டது.

கிபி7ல் மீண்டும் திடீர் என்று ஆய், சேரர், சோழர், பாண்டியர் இடையில் என்ன ஆனது. ஒருவேளை 1886ல் ஜெர்மன் அறிஞர் ஹூட்ல்ஸ் இந்தியா வரவில்லை என்றால் அசோகர் கல்வெட்டு படித்து இருக்கமாட்டோம் ஏன் தஞ்சை பெரிய கோவில் கட்டிய சோழன் பற்றி செய்தி கூட கிடைத்து இருக்காது.

கல்வெட்டு மற்ற இலக்கியம் இல்லாத இந்த இடைப்பட்ட காலத்தில் வடக்கில் எழுதப்பட்டது தான் இன்றைய புராண கதைகள் எல்லாம் அதற்கு பிறகு அதுவே பல வடிவங்களில் தமிழில் மற்றும் இந்த நாட்டில் வந்துவிட்டது.

ஆய் நாடு முதல் வடக்கே ஒட்டுமொத்த நாடும் அதன் பெயர் தமிழில் நேரடியாக பொருள் தருகிறதே. கிமு3 முதல் கிபி7வரை இதனை ஏன் இதுவரை எந்த ஐஏஎஸ் அல்லது ஆய்வாளர்கள் கண்ணில் படவில்லை..

ஆம் கிபி 1நூற்றாண்டில் இந்த தருமபட்டினத்தின் துறைமுகத்தின் ஆய்நாட்டிற்கு மற்றும் ஒரு பெயர் பெற்றது. *பொற்காயம்* இது தூய தமிழ் பெயர். பொற்காசு - தங்கத்திற்கு காயம் - மிளகு கொள்முதல் செய்யப்படும்.

செம்பவளம் கொரியா என பலர் இன்னும் பல தரவுகள் கூறலாம்.. நேரடி பொருளே ஆய்நாட்டிற்கு கொரியாவுக்கும் இது.

வசந்த் வெள்ளைத்துரை

அது எப்படி? ஆம் ஆய் நாட்டில் தருமபட்டினத்தில் இருந்து செம்பவளம் 8வாரம் கடலில் பயணித்து மணவாளன் கண்டு இறங்கிய இடம் அந்த நாட்டின் பொற்காயம் தான்.

கொரியா நாட்டில் செம்பவளம் கால் பதித்த இடம் பொற்காயம் அதே போல் பொற்காயா என அம்மண்ணிற்கு ஆய் நாட்டின் அடைமொழி பெயர் வர காரணம் இன்னும் பல தரவுகள் உள்ளது. இது கூகுளில் தேடினால் கிடைக்காது.. ஓலைச்சுவடிகள் கல்வெட்டில் அல்லது புத்தகத்தில் தேடி கிடைப்பது கிடையாது.

ஆம் எனக்கு இதனை கொரியாவில் இவைகள் உள்ளன என்று திரு.கண்ணன் நாராயணன் அவர்கள் காணொளியில் காட்டி ஒரிசா பாலு ஐயா எனக்கு காட்டுகிறார் அவர் கொரியாவில் உள்ள தொடர்புகளை கூறுகிறார். எனக்கு இதில் கவர்ந்தது இருவருக்கும் இடையே உள்ள காதல் தான்.

2018ல் ஆய்நாட்டிற்கு மற்றும் கொரியாவிற்கு ஆய் நாட்டில் தகவல் திரட்ட செல்லும் போது இவ்வளவு கிடைக்கிறது.

இங்கே சமயம் இதற்கு முட்கட்டையா என்றால் இல்லை இப்போது உள்ள எந்த சமயமும் அதன் வடிவத்தில் கிபி1 நூற்றாண்டில் இல்லை. இப்போது உள்ள இந்த சமயத்தை அதனோடு பொருத்தி பார்த்தால் அதன் மூலக்கூறு முற்றிலும் மாறுபடும்.

சிலர் கேட்டனர் இங்கே எழுதாமல் ஜனவரி 15 பேசலாமே. எல்லாமே இங்கு கூறிவிட்டால் அங்கு என்ன பேசுவீர்கள் என்று. இங்கே பதிவிடப்படும் தகவல்கள் மிகவும் மிகவும் குறைவுகள் தான். மொத்தம் 3000 மேல் தரவுகள் ஆய்நாட்டிற்கு பற்றி சேகரித்தேன்.

வசந்த் வெள்ளைத்துரை

இதனை இந்த தளத்தில் எழுத காரணமும் ஆய் நாட்டில் வாழும் நீங்கள் நம் வரலாறு தெரிந்து இருக்க வேண்டும் என்பதற்காக தான். இவையெல்லாம் நிச்சயமாக நம்மூரில் இருந்ததா என நீங்களே வியப்பில் அடைவீர்கள் என்பது சந்தேகம் எதுவுமில்லை எனக்கு. இத்தனை பேர் உள்ள குழு உருவாக்கி ஆய்நாட்டையும் செம்பவளத்தையும் உங்கள் கண்முன் காட்ட உறுதுணையாக இருந்து வரும் ஐயா. புனித தேவகுமாரனுக்கு நன்றிகள் பல..

இங்கே தலைசங்கமான கிமு7000 ஆண்டுகளில் காணாமல் போன நூல்கள் என்று கூறுவது முதுகுருகு, முதுநாரை, பரிபாடல், அகத்தியம். இந்த பாடலுக்கு அர்த்தம் வேண்டும் என்றால் விடை *செம்பவளம்* என்று ஒற்றை புள்ளி வரும்.

ஆய்வாளர்கள் கண்ணில் இவை சிக்காமல் போனதை விட தமிழர்களுக்கு தமிழ் மறந்து போனது. அதை விட கொடுமை தாடி வைத்து முனிவரை சித்தரித்துவிட்டால் அகத்தியர் என கூறி ஓலையில் உள்ளது என்று ஒரு கூட்டம் கூடிவிடுகிறது.

தலைசங்கத்தில் காணாமல் போனா இரண்டு நூல் இன்னும் கொரியாவில் மற்றும் நம் தமிழ்நாட்டில் கேட்டு கொண்டு தான் உள்ளது.

அகத்தினை பற்றி பாடிய அகத்தியம் (பாடல்) மற்றும் பரிபாடல் கிடைக்கவில்லை. பரிபாடலில் 70பாடல் இருக்க 22 பாடல்கள் வைத்து மீதமுள்ள 48பாடல் காணமல் போனது பாண்டிய நாட்டை காட்சிப்படுத்த தவறியதே.

அதென்ன முதுகுருகு, முதுநாரை இரண்டாயிரம் ஆண்டுகளுக்கு முன்பு செம்பவளத்திற்கு கிடைத்தது நமக்கு கிடைக்கவில்லை யா.

வசந்த் வெள்ளைத்துரை

ஆம் இந்த பாட்டுக்கு மலை பூக்கும், காற்று தென்றல் வீசும், மழலை அழும் குரல் நிறுத்தும். இது இப்போது எத்தனை பேருக்கு தெரியும். ஆம் கிராமங்களில் காணலாம் எங்கோ களை எடுக்கும் பெண் களத்துமேட்டில் தூரியில் தூங்கும் குழந்தை அழும் போது.

தாய் தூரத்தில் இருத்தாலும் யாரோ ஒரு பெண் தூரி ஆட்டி ஆரிராரோ ஆராரிராரோ என்று பாடும் போது மீண்டும் குழந்தை தூங்குகிற தாலாட்டு பாடல் தான் அது.

"தாரா" இது எத்தனை பேருக்கு தெரியும் ஆம் நமக்கு பரிட்சயம் ஆனது தான் தூய தமிழ் வார்த்தை வாத்து என்று பொருள். அழிந்து போனதாக கூறுவது முதுகுருகு, முதுநாரை இந்த "தாரா" தான்.

"தாரா" பாட்டு அதுவே தாராட்டு என்னும் தாலாட்டு. இன்னும் நம் வாய்மொழி வழியாக வழி வழியாக இந்த தாலாட்டு நாட்டுபுற பாட்டில் இன்னும் அழியாமல் உள்ளது.

கொரியா திருமணத்தில் எது இருக்கிறதோ இல்லையோ இந்த தாரா மூக்கில் சிவப்பு நீலம் நூல்கட்டி தம்பதியதற்கு பரிசளிக்க காரணம் விரைவில் குலம் பெருக்கி தாலாட்டு கேட்க வேண்டும் என்பது தான்.

வசந்த் வெள்ளைத்துரை

இவை ஆய் நாட்டில் இருந்து செம்பவளம் கொண்டு சென்றதுவே

அகத்தியமும் பரிபாடலும் அதுவும் ஒருவகை தாராட்டு பாடல் வடிவமே. பிறந்த ஊர் மீது அல்லது இனக்குழுவின் தலைமை மீது பாடுவது.

ஆய் நாட்டில் இருந்து செம்பவளம் வணிக பயணம் மேலும் தொடரும்

நம் தாராட்டுக்கும் கொரியாவுக்கு இந்த வாத்து பொம்மை மட்டும் சம்மந்தம் உண்டா இல்லை வேறு ஏதேனும் உண்டா

என்றால்.. இதனைத் மேலும் ஆணி தரமாக நிறுவும் சான்று ஒன்று கொரியாவில் உள்ளது.

வசந்த் வெள்ளைத்துரை

அங்கும் நம் தாராட்டு செம்பவளம் மூலம் சென்றுள்ளது அதன் லிங்
தருகிறேன் கேளுங்கள். ஆரிராங் என்னும் பெயரில் அழியாமல் உள்ளது.

இதை விட பெரிய விடயம் வாத்துக்கு சில பன்புகள் உள்ளன. வாத்து
வெளியே சென்று அல்லது செல்லும் வழியில் முட்டை இடாது. இரவு
அடையும் இடத்தில் காலை அது முட்டையிட்ட பிறகே அடையும்
இடத்தை விட்டு நகரும்.

நீருக்கும் கரைக்கும் என இரண்டு இடத்தில் வாழும் இந்த தாரா.
பெண்ணை போல புகுந்தவீடு பொறந்த வீடு. ஆண் வாத்திற்கு ஏதனும்
ஒன்றும் என்றால் மொத்த வாத்தும் சுத்தி நிற்கும்.

இங்கு இருந்து அங்கு தங்கத்திற்கு மிளகு சென்றது போல அங்கிருந்து
இங்கு வந்ததும் உண்டு.

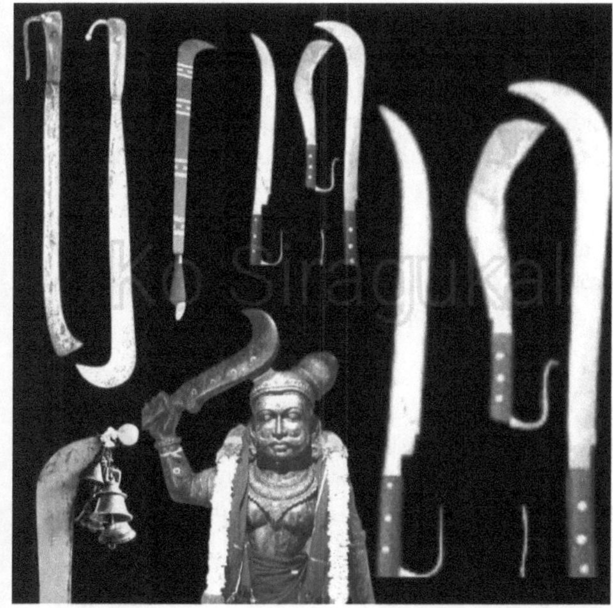

இரும்பு ராசன்

கொல்லபட்டறையில் அப்படி என்ன அங்கிருந்து ஆய் நாட்டிற்கு வந்திருக்கும்.

நிச்சயம் அங்கிருந்து வந்தது காலத்தால் அழியாத வகையில் இருக்கும். வாள் என்றால் அதை எப்படி வகை படுத்தி இருப்பார்கள் இரண்டாயிரம் ஆண்டுகள் முன்பு.

நாசி வைத்து வாள் அடித்தனர். அதற்கு கொரியாவில் நாசி என்று இன்றும் பெயர். மூக்கு வைத்த வாள் இன்று ஊர் தோறும் கோயில் கம்மாகரையில் அய்யனார் கையில் இருக்கும்.. அதேநேரம் நீர்நிலை மலைகளில் மாடம் அமைத்து இந்த அருவா வை தமிழகம் முழுவதும் காணலாம்.

வசந்த் வெள்ளைத்துரை

நீங்கள் இருக்கும் இடம் இவ்வாறு அருவா கண்டாலோ அல்லது அருவா நாசியில் மணிக்கு இருந்தாலோ ஆய் நாடு இன்னும் உயிரோடு உள்ளது. மணி என்பது கால்நடைகள் கழுத்தில் கட்டியிருந்த மணி. இறந்த பிறகு அந்த அருவா நாசியில் பொருத்தி அதனை புதைத்த இடத்தில் குலதெய்வமாக வழிபடுவது ஆய் நாட்டின் இருந்த மண்ணின் மரபு.

ஆய் நாடும் அருவாளர் மக்களும். செம்பவள வணிக பாதையில்... ஏதோ அகத்தியர் கதை சொல்லி இந்த வணிக பழங்குடி மக்களையும் அருவாள் ஆய்நாட்டை இத்தனை ஆண்டுகள் மறைத்து வைத்துள்ளனர்.

அருவாளர்கள் பழங்குடி மக்கள் தான். ஆனால் இங்கே அருவாளர்கள் அகத்தியர் கதை எல்லாம் சொல்லி அருவாளர் மக்களை அகத்தியர் வடக்கில் இருந்து இங்கே குடியமர்த்தியதாகவும் தொண்டை மண்டலத்தில் பின்னாளில் உருவான நாட்டை ஒப்பிட்டும் வரலாற்றை அழித்துவிட்டனர்.

கருப்பண்ணசாமி அல்லது கருப்பசாமி வரலாறு தருப்பை புல்லில் தொடங்கி தலையை வெட்டி சாமியாக மாறியது பற்றி கதைகள் ஏராளம்.

கொரியாவில் மூக்கு வைத்து அடித்த நாசி (அருவாள்). 2000 ஆண்டுகளுக்கு முன்னால் இங்கு வந்ததே. சாணம் வைத்து அருவாள் தீட்டிய அருவாளர் மக்கள் சாணார்கள் தான்.

அருவாளுக்கு பெட்டி வடித்தது. ஒன்றுக்கு இரண்டு அருவாள் என வைத்தவர்கள் சாணார்கள் தான். ஒன்று பாளை அருவாள் இதுவே நாசி (மூக்கு வைத்த அருவா) அவ்வளவு எளிதாக கூர் தீட்டவும் முடியாது இந்த அருவாள் செய்யும் கொல்லர்கள் மிக மிக குறைவே.

வசந்த் வெள்ளைத்துரை

மட்டை அருவா சாதாரண அருவா போல தான். மட்டைகளை கழித்துக்கட்ட பயன்பாட்டில் இன்னும் உள்ளது. இவர்கள் வழிபட்ட சாமியே கருப்பட்டு சாமி, கருப்பட்டுகன்னல்சாமி.

கரும்பு விளைவித்து கரும்பு சாறு மூலம் சருக்கரை வெல்லம் உலகம் முழுவதும் ஆய் நாட்டில் இருந்து சென்றது. பனை மரத்தில் இருந்து பனை வெல்லம் - வட்ட கருப்பட்டி உலகம் முழுவதும் சென்றது.

நாணயம் தயாரிக்கும் இடத்திற்கு அஃகுசாலை என்பது எப்படி பெயரோ.. அதே போல வெல்லம் தயாரிக்கும் இடத்திற்கு இஃகுரச ஆலை என குறிப்பிடுவர்.

வேழநாடு - இன்றைய அகத்தியர்மலையே.. வேழம் விளைந்தது தாமரைபரணி இருப்புறம் ஆற்றின் கரையில் தான். வேழம்/கன்னல்/இக்குரச/கொற்க்கை என எல்லாம் கரும்பு என்பதை குறித்தது. கருப்பசாமி மற்றும் கருப்பண்ணசாமி காவல் தெய்வமாக வயல்வெளியில் மாறினார்.

2000 ஆண்டுகளுக்கு முன்னாள் ஆலை என்றால் அஃகுசாலை போல இஃகுரச ஆலை இருந்தது.

வேழம் என்னும் கரும்பு வெட்ட இவ்வளவு பெரிய வீச்சருவாள் எதற்காக. கதிர் அறுக்கும் அரிவாள் போதுமே என்பதும் தவறு.

கதிர் ஆறு அடி என்றால் கரும்பு அதை விட மூன்று மடங்கு. 18அடி தோகையுடன் சேர்த்தால் ஒரு கரும்பு 21அடி. இது ஆய் நாட்டில் இருந்து

அழித்து ஒழிக்கப்பட்டது. தற்போது 6அடி கரும்பு காணுவதே அரிதாகி போய்விட்டது.

பனையும் வேழமும் விளைந்த மண்ணில் இஃகுரச ஆலை என்பது சருக்கரை உற்பத்தி ஆலையே. இங்கே ஆலை என்றாலே கரும்பையும் கள்ளையும் குறிக்கும்.

பருத்தி மூலம் நூற்பாலை, இரும்பாலை, உருக்காலை போல கரும்பாலை என்பதும் இம்மண்ணில் இன்று பல வடிவங்கள் கண்டுவிட்டது.

பனங்காடும் வேழகாடும் இருந்த தாமரபரணி மண் மண்ணல்ல பொன். மிளகுக்கே பொன் குவிந்த மண்ணில் இவை சேர்ந்தால். ஆய்நாடு இரணிய கருவூலம். பொற்கயம் இங்கு திக்கயமே.. திக்கயம் திக்கசமான வேழமே (யானை)..

இவ்வளவு பொன் ஆய் நாட்டில் இருந்தது எங்கே போனது. ஆய் நாடு இம்மண்ணில் பாடபுத்தகத்தில் கூட இத்தனை ஆண்டுகள் இல்லாமல் போக காரணம் என்ன.?

ஆம் இங்கே நேரடியாக மக்களை குறிக்கும் சொல்லி கூட கண் மூக்கு வைத்து வரலாறு மடைமாற்றம் நிறையவே கண்டுள்ளது. அதற்கு எடுத்து காட்டு இம்மண்னில் ஏழைகளிடம் இருந்து பறிக்கப்பட்டது என்னற்றவை ஏராளம் அவ்வாறு உள்ள ஒரு பொருளே கொல்லம் என்னும் முந்திரி.

பனை இருந்து எடுக்கும் கருப்பட்டி எவ்வளவு கடினமானதோ. வேழம் என்னும் கரும்பில் இருந்து எடுக்கப்படும் சருக்கரை(வெல்லம்) எவ்வளவு

கடினமானதோ. அதே போல மண்ணில் அடியில் விளையும் மஞ்சள் எவ்வளவு கடினமானதோ.. அதைவிட கடினமானது முந்திரியாலை.

முந்திரி இரண்டு உண்டு. கொடிமுந்திரி மற்றும் முந்திரிமரம். இரண்டுக்கும் பொருள் திராட்சையே. இது மேலை நாடுகளில் இருந்து இங்கு கொண்டு வந்தனர் என்று ஆழ்மனதில் பதிய வைத்து உள்ளனர் அவ்வளவுதான்.

தற்போதைய முந்திரி என நாம் வைத்து இருப்பதும் திராட்சை பழத்தின் முந்தி வந்த கொட்டை தான். திராட்சை பழமான முந்திரி மரத்தின் பழத்தை விடுத்து கொட்டையை நெருப்பில் காட்டினால் பாலோடு வெடிக்கும். பால்பட்டாலே உடல் வெந்துவிடும் அதன் உள்ளே உள்ள பருப்பே முந்திரியாக உலகம் முழுவதும் செல்கிறது.

கொடி முந்திரி என்பதும் உலர் திராட்சை தான்.

வெள்ளைக்காரன் கொண்டு வந்து நட்டு வைத்து வளர்த்தாக கூகுள் வரை எழுதப்பட்டு உலக மக்களை நம்ப வைக்கப்பட்டுள்ளது பழங்குடி மக்கள் வாழ்க்கை புதைத்து எழுதப்பட்ட சரித்திரம்.

குயமக்கள் இவர்களே மேற்கிலும் கிழக்கிலும் புலம்பெயர்ந்த ஆயர் மக்கள். குயவர்கள் மற்றும் குசவர்கள்.. இந்த உலகில் முதல் வணிகனும் இவர்களே.. இவர்கள் வடித்த பானையே பனை மரம் உச்சி முதல் அன்றாட வீட்டில் மாடத்தில் ஏற்றும் விளக்கு வரை.

மேற்கு தொடர்ச்சி மலையில் வாழ்ந்த மக்கள் வானோர்கள். கிழக்கில் காடான கழனி வயலில் வாழ்ந்த மக்கள் வள்ளவர்கள்.

கரும்பு, முந்திரி, திராட்சை, வெல்லம், மஞ்சள், அரிசி என இம்மன்னில் காலம் காலமாக இருப்பதுவே முதல் போகம் என்னும் பொங்கல் பண்டிகையே. இத்தனையும் பிறந்தது இந்த ஆய் நாட்டில் தான்.

பலரும் ஆதாரங்கள் தேடலாம் சிலவற்றை ஓலையில் அல்லது கல்வெட்டில் இருந்து அழித்தாலும் அல்லது அறிஞர்கள் அவர்கள் சாதகமாக எழுதினாலும் வரலாறு மண்ணின் மரபோடு புதைந்து உள்ளதை மாற்ற இயலாது.

அவ்வாறு மாற்ற இயலாத ஒன்றே பொங்கல். ஆய் நாட்டு திருவிழா அழிக்கப்பட்ட 30நாள் இந்திரவிழா.

வசந்த் வெள்ளைத்துரை

உ என்பது 2
= என்பது 2
• என்பது $10^\wedge$
பிள்ளையார் சுழியம் என்பது 10^{22}

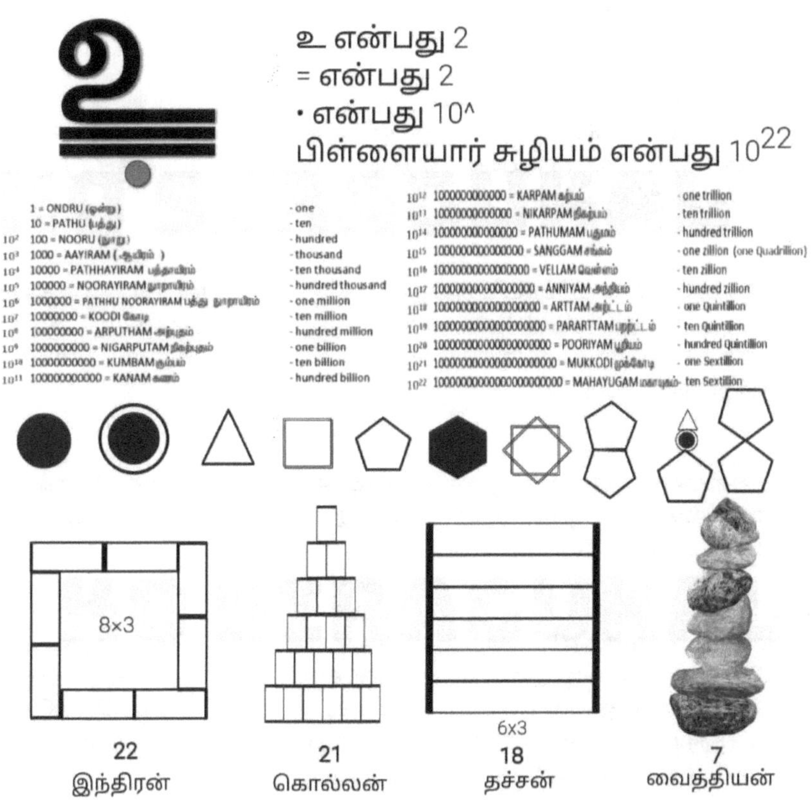

இங்கு மேலே நீங்கள் காணும் அத்தனை வடிவங்களும் ஆய் நாட்டில் இருந்து 2017 மற்றும் 2018 காலங்களில் சேகரிக்கபட்டது.

ஆம் இவைகள் அனைத்திற்கும் தனி தனி ஆய்வு செய்து உள்ளேன். இதற்கு ஆதாரம் விடை என கூகுளில் அல்லது இதற்கு முன் எங்கேயும் நீங்கள் தேடவும் முடியாது இதற்கு விளக்கம் இதுவரை யாரும் சொன்னதும் கிடையாது.

ஆய் நாடு வணிகம் செய்ய இந்த குறியீடு அவ்வளவு முக்கியத்துவம் வாய்ந்த ஒன்று. ஏனோ வடக்கில் இருந்து வந்ததாக தாடி வைத்த சன்னியாசி பெயர் சொல்லியும் வள்ளுவர் பெயரை சொல்லி இவைகள் அழித்து ஒழிக்கப்பட்டது.

பிள்ளையார்சுழி என்றால் ஓலைச் சுவடிகளில் எழுதி பார்க்க கிறுக்கியது என்பதெல்லாம் தமிழனின் கணித தத்துவத்தை மறைக்க முயற்சிப்பதுவே..

இன்னும் கிராமங்களில் கூத்து கட்டுவார்கள் அதே போல கரகாட்டம் ஒயிலாட்டம் தாண்டி இசை வகுப்பு என எங்கு சென்றாலும் இந்த பாடல் ஒலிக்கும். ஆம் ஓலை சுவடியில் கல்வெட்டுகளில் இல்லாத செய்தி பல நூறு நூற்றாண்டுகள் செவி வழியே ஒரு பாடல் ஒரு வரலாற்றை இரண்டு வரிகளில் ஒளித்து வைத்து உள்ளது.

முந்தி முந்தி விநாயகனே

முப்பத்து முக்கோடி தேவர்களே

வந்து வந்தெம்மை பாருமைய்யா

வந்தனம் வந்தனம் தந்தோமைய்யா

வசந்த் வெள்ளைத்துரை

இதுவே பின்னாளில் கரகாட்டகாரன் படத்தில் பாடலாகவும் வந்தது. இந்த வரிகளில் என்ன உள்ளது தமிழன் கண்டுபிடித்த பிள்ளையார் சுழியம் ஒளிந்து உள்ளது.

சுழியத்தை கண்டுபிடித்ததும் உலகுக்கு அறிமுகம் செய்தவனும் ஆய் நாட்டின் இந்திரன் என்னும் பிள்ளையாரே..

பிள்ளையார் சுழி என்பது (முப்பத்து முக்கோடி) மகாயுக குறியீடே

முக்கோடி என்பது ஒன்றின் பக்கத்தில் 21சுழியம்

முப்பது முக்கோடி என்பது அதனோடு பத்து பெருக்க வேண்டும் ஒன்று பக்கத்தில் 22சுழியம்.

ஒன்றுக்கு பக்கத்தில்

சுழி போட்டால் அது பத்து, நூறு, ஆயிரம் என்று அதிகரிக்கிறது. ஆனால் ஒன்றுக்கு இடப்பக்கதில் எத்தனை சுழியங்களை போட்டாலும் ஒன்று ஒன்றாகவே இருக்கிறது. ...

இது மட்டுமன்றி எல்லையற்ற பிரபஞ்சத்தில் ஆயிரம், பத்தாயிரம், லட்சம் என்ற எண்களெல்லாம் மிக மிகச் சிறியவை ஆகி விடுகிறது.

பெரிய பெரிய எண்களைக் குறிக்கும் வார்த்தைகள் எந்த நாகரிகத்தில் இருக்கிறது ...

உலகில் தமிழை தவிர எந்த நாகரிகத்திலும் இல்லை..

வசந்த் வெள்ளைத்துரை

8 மயிர்நுண = 1 நுண்மணல் அல்லது 10^-22 " இந்த அளவு சிறிய அளவின் அவசியம் என்ன? எதை அளந்து என்ன செய்தார்கள் என்று யூகிக்க முடிகிறதா?

அதேபோல் "10^22 " இந்த பெரிய அளவின் அவசியமும் உபயோகமும் என்ன ...

தமிழகத்தில் சிற்றரசு பேரரசுகள் யானை சின்னம் குறியீடாக இருந்து ஆய் நாட்டிற்கு மட்டுமே. ஆய் நாட்டில் 10^22ல் அப்படி என்ன அளவுகளில் வணிகம் வாணிகம் நடந்து இருக்கும்.

இவ்வளவு ஆலைகள் இவ்வளவு வணிகம் ஆணி வேர் ஆய் நாட்டுக்கு எது என்றால். *ஆனையும் பூனையும்* தான். இது பழங்குடி மக்களின் வணிகம். பலரும் இதில் என்ன உள்ளது என்று கடந்து செல்லலாம். இதுவே இந்த ஆய் நாட்டின் மூலம் என்றால் அதுவும் மிகை ஆகாது.

2018ல் நேரடியாக களத்தில் ஆய்வின் போது.. இங்கு மேற்கு தொடர்ச்சி மலையில் வாழும் பழங்குடியினர் வாழ்க்கை சொத்து என இருப்பது இவை மட்டுமே இந்த வணிகம் காலம் காலமாக இவர்களது வாழ்வாதாரம். ஆனை என்பது பசு மாட்டு நெய், பூனை என்பது பூவில் இருந்து வரும் நெய்.

இங்கு கால்நடை மேய்பது அதில் இருந்து வரும் பால் மதிப்பு கூட்டு பொருட்கள் இவர்கள் வாழ்வாதாரம். இதே போல் தேன் எடுத்தல். ஆக நெய்யும் தேனும் இங்கு இந்த ஆய் நாட்டு முக்கிய வணிக பொருள் என்றால் அது மிகை ஆகாது.

வசந்த் வெள்ளைத்துரை

கடலை தாண்டி விவசாய நிலங்களில் விளைவது அதில் பழங்குடி மக்கள் ஈடுபடுவது தனியாக அதுவும் ஒரு வணிகமாக இருக்கிறது. நிச்சயமாக இம்மண்ணில் மட்டுமே முக்கணி முக்கியமாக இன்று வரை அழியாமல் உள்ளது.

மா, பலா, வாழை என இதற்கு வீடு தோறும் தேவை உணர்ந்து ஒவ்வொரு வீட்டிலும் தோட்டமாக காணும் இடம் உலகிலேயே இந்த ஆய் நாட்டில் தான்.

இவ்வளவு வணிகம் உருக்குலைந்த காரணம் நாட்காட்டி என்றால் அது மிகை ஆகாது. ஆய் நாடு ஏதோ கிபி2ல் அழிந்தது என என்ன வேண்டாம். ஆய் நாடு கூறு போட்டு உருக்குலைந்து உள்ளது. அதற்கு எடுத்து காட்டே சமீபத்தில் கொண்டு வர பட்ட தை மாதமே தமிழ் புத்தாண்டு. அன்றைய நாள் என்பது ஆயர் பண்டிகை ஆன மாட்டு பொங்கல் திருவள்ளூர் தினமாக மடைமாற்றி 31ஆண்டு நீட்டி திருவள்ளூர் ஆண்டு எனவும் தை தமிழ் புத்தாண்டு என இங்கு அமைந்துள்ள வணிக கட்டமைப்பை உடைத்தது.

ஆம் இதுவே இங்கு முந்திரி முதல் பட்டு தொழில் விவசாயம் ஏன் கடலில் மீன் பிடித்தல் வரை முட்டு கட்டைகள். 1330 குறளுக்கு வடிவம் ஒரு வணிகத்தை அடித்து நொறுக்குமா என்றால் வள்ளுவன் பெயரில் இம்மண்ணில் பல குல தொழிலுக்கு வாய்க்கு அரிசி இட்டது ஆய் நாட்டில் தான். கலிங்கம், முந்திரி, வேழம், கொல்லர்கள் ஆலை முதல் கால்நடை வளர்ப்பு, விவசாயம், வைத்திய சாலை வரை இன்னும் ஏராளம் ஆய் நாட்டில் தற்போது அழிவின் விளிம்பில் அல்லது முற்றிலுமாக அழிந்து உள்ளது.

வசந்த் வெள்ளைத்துரை

நாட்காட்டி இது மனித வாழ்வியலோடு ஒன்றிய ஒன்று இதனை மாற்றினாலே ஒரு சமூகம், சமயம், வணிகம், நிர்வாகம் என ஒரு நாட்டில் அனைத்தும் அழித்து விடலாம்.

1935ல் வடிவமைத்து, வள்ளுவர் ஆண்டு என தொடங்கி தை2ம் நாள் தமிழ் புத்தாண்டு மற்றும் திருவள்ளூர் நாள் என தமிழரின் ஆயர் குல திருவிழா ஆன மாட்டு பொங்கலுக்கு பதிலாக திருவள்ளூர் நாள் என மாறியது 1971ல் இருந்து தான். இதற்கு இடையில் மொழி வாரியாக 1956ல் கன்னியாகுமரி தமிழகத்தின் பகுதியாக மாறியது. இதனை தமிழ் மாற்றிய அறிஞர்கள் 1971ல் அரசாங்கம் திருவள்ளூர் தினமாக மாற்றிய நாட்காட்டி என மக்களிடம் புகுத்தப்பட்டது கடந்த 54ஆண்டுகளில் தான்.

அதற்கு முன் கொல்ல நாட்காட்டியே தமிழ் மக்கள் பின்பற்றிய நாட்காட்டி.

வசந்த் வெள்ளைத்துரை

இந்த நாட்காட்டி பெரிதாக எதுவும் இருக்காது. இருப்பினும் இதில் தை1 புத்தாண்டு என தொடங்கி சூரிய சந்திர நாட்காட்டி அப்படியே அடிப்படையில் தற்போது வருடத்துடன் 31 வருடத்தை கூட்டினால் திருவள்ளூர் நாட்காட்டி ரெடி.

திருவள்ளுவர் தினத்தை தாண்டி வேறு எதுவும் இதில் தை மாதம் அடுத்து வரும் எந்த மாதத்திலும் இல்லை. முக்கியமான குறிப்பு அப்போ 1966 முதல் 1970 வரை அதே மாட்டு பொங்கல் நாளில் தான் திருவள்ளூர் தினம் கொண்டாடினார்களா என்றால் அதுவும் கிடையாது. திருவள்ளூர் தினம் 1971க்கு முன்பு ஜூன் 02 தேதியில் தான் கொண்டப்பட்டது. அதுவும் 1966ல் இருந்து தான் ஜூன் 02 தேதி திருவள்ளூர் நாள் கொண்டாடியது.

1935-1966 வரை வைகாசி மாதம் அனுடம் (அனுஷம்) நட்சத்திரத்தில் திருவள்ளூர் நாள் கொண்டாடப்பட்டது. இதுவும் சும்மா கொண்டாட

படவில்லை வள்ளுவர் வைகாசி மாதம் அனுசம் நட்சத்திரத்தில் பிறந்தார் எனவும் அதுவும் தற்போதைய சென்னை மயிலாப்பூரில் கோயில் கட்டி மாசி மாதம் உத்திரம் நட்சத்திரத்தில் ஜீவசமாதி ஆனதாக தமிழ் அறிஞர்கள் முடிவெடுத்து வைகாசி அனுசம் நட்சத்திரத்தில் திருவள்ளூர் தினம் வைகாசி மாதம் கொண்டாடப்பட்டது. 1973-1976 தேர் வடிவில் வள்ளுவர் கோட்டம் ஒன்று திருவள்ளூர் மயிலாப்பூரில் பிறந்தார் என அரசாங்கம் செலவில் கட்டி முடிக்கப்பட்டு அறிவிக்கப்பட்டது.

1975ல் டிசம்பர் மாதம் திடிரென வள்ளுவர் சிலை குமரி முனையில் அமைய திட்ட அறிக்கை தந்து 24வருடம் கழித்து ஜன01 2000ம் ஆண்டு திருவள்ளூர் சிலை திறக்கப்பட்டது.

சந்திர சூரிய சாக்கா நாட்காட்டி பௌத்த நாட்காட்டி.. கொல்ல நாட்காட்டி ஏன் வந்தது எதற்காக வந்தது.. செம்பவளத்தோடு உள்ள நாட்காட்டி எது? பல கேள்விகளில் செம்பவளம் உலகிற்கு வெளிவர காத்திருக்கிறாள்

திருவள்ளுவர் நாட்காட்டி பிறந்த வருடம் பிறந்த நாள் கோயில் என 1935ல் கொண்டு வந்தாலும் மக்களிடம் திருவள்ளூரை சேர்க்க சிரமமாக தான் இருந்தது. 3மே1941ல் வெளியான திருவள்ளூர் திரைப்படம் கூட மக்களிடம் சென்றடையவில்லை. ஆகையால் 1959ல் திருவள்ளூரை ஓவியமாக வரைந்து.. 1964ல் அந்த ஓவிய படத்தை சட்டமன்றத்தில் திறந்து வைத்து அதற்காக தபால் தலையும் வெளியீடு செய்யப்பட்டது.

1967ல் தான் மக்கள் கூடும் அரசு அலுவலகங்கள் மற்றும் கல்வி நிலையங்களில் திருவள்ளூர் படத்தை மக்கள் பார்த்ததும்.

தமிழ் மக்கள் ஆங்கிலேய நாட்காட்டி பார்க்க அவசியம் என்பது தமிழ்நாட்டின் மட்டும் அல்ல 1610ஆண்டு முதல் 1947 வரை கிழக்கிந்திய

நிறுவனம் பெயரில் ஆங்கிலேயர் நம்மை ஆட்சி செய்த காரணத்தால் தான். ஒருவேளை அவர்கள் வராமல் போய் இருந்தால் இம்மண்ணில் கிறிஸ்தவர்கள் பின்பற்றும் ஆங்கிலேயர் நாட்காட்டி என்பது மக்கள் அறிந்து கூட இருக்கமாட்டார்கள் ஆங்கில புத்தாண்டு என்பது கூட இருந்திருக்காது.

அதே போல் 16ம் நூற்றாண்டு முன்பு இருந்த நாட்காட்டி தான் விஜயநகர பேரரசு பயன்படுத்தி நாட்காட்டியும் அப்போது நான்கு நாட்காட்டி இருந்தது கொல்ல நாட்காட்டி, பௌத்த நாட்காட்டி மற்றும் சமண நாட்காட்டி ஆகும். விவசாய நிலங்கள் சம்மந்தப்பட்ட முகலாய நாட்காட்டி.

கொல்ல நாட்காட்டி மட்டுமே ஆவணி மாதம் வருட பிறப்பு மற்ற அனைத்து பௌத்த, சமண நாட்காட்டியும் சித்திரையில் துவங்கி பங்குனியில் முடியும். பெரிய மாற்றங்கள் எதுவும் இல்லை.

பௌத்தம் சந்திர நாட்காட்டி அடிப்படையில் மற்றும் சமணம் சூரிய சந்திர அடிப்படையில் இருப்பதால் இது எளிதில் தற்போதைய நாட்காட்டி உடன் ஒத்து போய் விடும்.

13ம் நூற்றாண்டு முன்பு தான் இஸ்லாமிய படையெடுப்பு காரணமாக முற்றிலுமாக நாட்காட்டி என்பது மாற துவங்கியது அதற்கு காரணம் நிலம் சம்மந்தப்பட்ட ஆவணங்கள் இஸ்லாமிய நாட்காட்டி படி இஸ்லாமிய அரசர்கள் மாற்றம் கொண்டு வந்தனர் அதன் காரணமாக இங்கு வருவாய் துறையில் இன்று வரை பசலி ஆண்டு என்பது குறிக்க காரணமாக உள்ளது.

இந்த பசலி ஆண்டு என்பது கொல்ல ஆண்டு போல மாறுபடும் ஜூலை01 முதல் அதற்கு அடுத்து வரும் ஜூன் 30 முடியும். இன்னும் வருவாய்

துறையில் கரீப் மற்றும் ரப்பி என குறிப்பதும்.. ஒரு நிலத்தில் பசலி ஆண்டு ஒன்றில் இரண்டு விவசாய பருவ நிலை குறித்தது தான்.

முகலாய ஆட்சி காலத்தில் பசலி ஆண்டின் முடிவில் அதாவது சூன் மாதத்தில் அனைத்து வருவாய் வட்டங்களிலும் நடைபெறும் ஜமாபந்தி எனும் வருவாய்த் துறை குறை தீர்ப்பாயம் கூட்டத்தில் நிலவரி கணக்கு, சிட்டா, பட்டா, அடங்கல் போன்ற கணக்குகளை தணிக்கை செய்து சரிபார்ப்பர். பொதுமக்கள் அவ்வமயம் தங்களது நிலப்பிரச்சனைக்களை கூறி சரிசெய்து கொள்ளலாம் அதனை இன்று வரை தமிழ்நாட்டில் அனைத்து மாவட்டங்களிலும் வருவாய் துறையில் கடைபிடித்தும் வருகின்றனர்.

"பத்தாம் பசலி" என்பர். கிபி600 காலத்தில் இந்த நாட்காட்டி வடிவமைப்பு செய்யப்பட்டது அதாவது கிபி600; விவசாய நிலத்தில் 10ஆண்டுகள் கழித்து கிபி590ல் இந்த பசலி ஆண்டு தொடக்கம் என குறிக்கப்பட்டது.

உதாரணமாக 2024 பசலி ஆண்டு 2024-590= 1434ம் பசலி ஆண்டு என்று வரும். இதில் இரண்டு பருவம் என்றாலும் நிலம் சம்மந்தப்பட்ட அனைத்து அலுவல்கள் இதனுள்ளே இருப்பதால் இது நடைமுறையில் இருந்து இன்னும் மாறவில்லை.

கொல்ல நாட்காட்டி பார்க்கும் முன்பு வள்ளுவருக்கும் மற்றும் அகத்தியருக்கும் தெளிவாக ஒன்றை காணாவிட்டால் ஆய் நாடு கிபி13ம் நூற்றாண்டின் முன்போ பின்போ எப்போதும் கண்ணில் படாது.

கிபி8ம் நூற்றாண்டில் கேரளாவில் மலபுரம் மாவட்டத்தில் உள்ள அங்காடிபுரம் ஊரே வள்ளுவநாடு என அழைக்கப்பட்டது. இது கோழிக்கோடு மற்றும் குருவாயூர் மத்தியில் கலக்கும் பாரதப்புழா ஆற்றின் வடக்கில் இருந்த வணிக நகரம். இந்த வணிக நகரமும் ஆய்

நாட்டின் ஒரு ராணுவ கட்டமைப்பு போல கொண்ட வணிக நகரமே. ஆம் இந்த வள்ளுவநாடு கிபி8 நூற்றாண்டில் ஆய் நாட்டின் பகுதியே.

தெற்கில் இருந்த ஆய் நாடு வணிக ராணுவ கட்டமைப்பு கொண்ட ஐநூற்றவர். வடக்கில் இருந்த ஆய் நாடு வணிக ராணுவ கட்டமைப்பு கொண்ட அறுநூற்றவர்.

இந்த வடக்கில் உள்ள ஆய் நாடான வள்ளுவநாடு அதே ஆய் நாட்டின் யானை முத்திரை தான். இந்த நாட்டிற்கு வள்ளுவநாடு மருவிய வடிவமே இதற்கு பெயர் பிள்ளுவநாடு என்பதே. ஆய் நாடு ஆணை நாடாக மாறியும் வரலாற்றில் வராமல் போனதற்கு காரணம் வள்ளுவநாட்டின் வள்ளல்கள்.

வள்ளுவ நாட்காட்டி போல அகத்தியர் நாட்காட்டி இம்மண்ணில் உண்டு. இன்று ஏனோ அகத்தியர் பஞ்சாங்கம் என மாறியது. பல்வேறு கதைகள் கூறப்பட்டு இப்போது இது நாடி ஜோதிடமாக ஒரு வணிகத்தில் அங்கம் வகிக்கிறது.

குறவர்கள் காலம் காலமாக குறி சொல்லுதல் மற்றும் பச்சை குத்துதல் தொழில் செய்து வந்தனர். ஏன் மேற்கு தொடர்ச்சி மலையில் முன்னாளில் இறுதி சடங்குகள் கூட இவர்களே செய்ய வேண்டிய நிலை கூட இருந்தது.

இந்த குறி சொல்லுதல் மாறிய வடிவமே பின்னாளில் சோதி உருட்டி குறியாகவும் சொல்லி வந்தனர்.அதுவே சோதிடம் எண் கணித முறையில் இவை அமைந்தது. கை ரேகை கால் ரேகை என மாறி ஒரு கட்டத்தில் ஓலை வடிவில் நாடி சோதிடம் என வந்துவிட்டது.

வசந்த் வெள்ளைத்துரை

குறவர்கள் குறி சொல்லுதல் வணிகம் ஆகி போனதால்

மலை ஆளும் பகவதி மலை ஆளும் பகவதி என பதிலுக்கு ஆயர்களும் குறி சொல்ல வந்ததே.

பூம்பூம் மாடு தலையாட்டி குறி சொல்லுதல் அடுத்த கட்ட வளர்ச்சியே 27 அட்டையை கிளி எதேனும் ஒன்றை எடுக்க வேண்டும் அதற்கு பலாபலன் கூறப்படுகிறது இது கிளி சோதிடம். இவை அனைத்தும் ஒரு காலத்தில் கைவிடப்பட்டது சிலவற்றை காண்பது அரிதாகி போய்விட்டது.

கிபி 10ம் நூற்றாண்டில் நாட்காட்டி என்றால் சூரிய மற்றும் சந்திர நாட்காட்டி தாண்டி கொல்ல நாட்காட்டி அதிக அளவில் இருந்தது. வணிகத்தில் பௌத்த மற்றும் சமண நாட்காட்டி. இவையெல்லாம் தாண்டி இரு நாட்காட்டி இருந்தது மேற்கு தொடர்ச்சி மலையில் பிள்ளுவநாடு (வள்ளுவநாடு) பயன்படுத்திய பிள்ளுவ நாட்காட்டி மற்றும் கிழக்கு தொடர்ச்சி மலையில் காகத்தியநாடு பயன்படுத்திய காகத்தியர் நாட்காட்டி.

மேற்கு தொடர்ச்சி மலையில் உள்ள மயனாசாரிகள் பயன்படுத்தியது பிள்ளுவ நாட்காட்டி (தச்சு, மரவேலை, பொன், இரும்பு தொழில் செய்வோர்)

கிழக்கு தொடர்ச்சி மலையில் உள்ள கம்மாளர் பயன்படுத்தியது காகத்தியர் நாட்காட்டி (தச்சு, மரவேலை, பொன், இரும்பு தொழில் செய்வோர்).

வசந்த் வெள்ளைத்துரை

இதுவே பின்னாளில் வள்ளுவம், வள்ளுவர், அகத்தியம், அகத்தியர் என மாறி கொல்ல நாட்காட்டி சிதைக்க காரணமாக மாறியது. இல்லாத வள்ளுவரும் அகத்தியரும் தாடி வைத்த சன்யாசி வடிவில்.

கிபி 10 நூற்றாண்டில் கொல்லம் துறைமுகம் அழிக்கப்பட்டு சோழர்களால் வேணாடு கைபற்றபட்டது. கொல்ல நாட்காட்டி முற்றிலும் அழிக்கப்பட்டது.

வணிகம் என்பது முற்றிலும் மாறியது கிபி10ம் நூற்றாண்டில் தான். அதன் பின்னர் பௌத்தம் மற்றும் சமணம் 13ம் நூற்றாண்டின் முடிவில் முழுமையாக இந்திய நாட்டை விட்டே வெளியேறியது.

அதற்கு முன் இருந்த கொல்ல நாட்காட்டி அதற்கு முன் இருந்த ஆசீவக நாட்காட்டி இருந்தது. ஆசீவக நாட்காட்டி வைத்திய நாட்காட்டி மாதத்தின் துவக்கம் என்பது ஐப்பசி 4பருவங்கள் மட்டுமே.

ஒரு பருவத்திற்கு 90+1 = 91 நாட்கள் கணக்கீடு இருக்கும்.

இவை 13நாட்களாக பிரித்து பருவத்திற்கு 7முறை இருக்கும். அதே போல அமாவாசை மற்றும் பௌர்ணமி நாளும் அதற்கு முதல் நாள் முக்கிய கூட்டம் ஊர் சபையில் நடைபெறும் அது 13ம் நாளே மாலை நடைபெறும் அதுவே இன்றைக்கு பிரதோஷம் என மாறிவிட்டது. இந்த ஐப்பசி மாதத்தில் வரும் பௌர்ணமி தான் ஐப்பசி அஸ்வினி. அதே போல நட்சத்திரத்தில் முதல் நட்சத்திரமும் 27ல் அசுவினி நட்சத்திரம் முதல் நட்சத்திரம்.

ஐப்பசி இதுவே வணிகம் மற்றும் வைத்திய நாட்காட்டி என குறிக்கவே இம்மாதத்தில் சூரியன் தூலாம் என்னும் தராசில் நடுநிலை மாதத்தில் உட்புகும்.

வசந்த் வெள்ளைத்துரை

ஆண்டின் தொடக்கம் அனைவருக்கும் சித்திரை மாதம் என்றால். ஆசீவக நாட்காட்டி பயன்படுத்தும் சித்தர்கள் நாட்காட்டி துவங்கும் மாதம் ஐப்பசி. இம்மாதம் வரும் பெளர்ணமி சிவாலயங்களில் அன்னாபிஷேகம் இருக்கும் இது அந்நாளில் நேரடியாக உணவு கொடுத்த வழக்கமே.

இதில் இருந்து 91 நாளில் (ஐப்பசி, கார்த்திகை, மார்கழி) தை பூச பெளர்ணமி

தை, மாசி,பங்குனி -   சித்ரா பெளர்ணமி

சித்திரை , வைகாசி , ஆணி - ஆடி உத்தராடம் பெளர்ணமி

ஆடி, ஆவணி, புரட்டாசி - ஐப்பசி அசுவினி என நான்கு பருவ வட்டம். இது ஒரு பருவத்திற்கு 91 நாள் இரண்டு மண்டலமாக இருக்கும் ஒரு மண்டலம் என்பது 45நாட்கள்.

இந்த கொல்ல நாட்காட்டி மற்றும் ஆசீவக நாட்காட்டி அழித்தது தான் அகத்தியர் பஞ்சாங்கம் அகத்தியர் சோதிடத்தில் இருந்து மருத்துவதுறைக்கு குறவர்களின் மஞ்சள் அகத்தி கீரை கருக்கி இடும் பச்சை குத்துதலில் இருந்த குத்தூசி சிகிச்சை, வர்ம சிகிச்சை முறை முற்றிலும் அழிக்கப்பட்டு கிழக்காசிய நாடுகளுக்கு பௌத்த மற்றும் சமணர்கள் மூலமாகவே சென்றுவிட்டது.

மீதம் இருந்த வர்ம சிகிச்சை முறை தான் இன்றைய சித்த மருத்துவம் மற்றும் ஆங்கிலேய மருத்துவம் வர காரணமாக இருந்தது. அதுவும் இப்போது அழிந்து விட்டன. பலருக்கு பருவ கணக்கு மாத கணக்கு கூட வைத்தியர்களுக்கு பல மரங்கள் மற்றும் வேர் இலை பட்டை

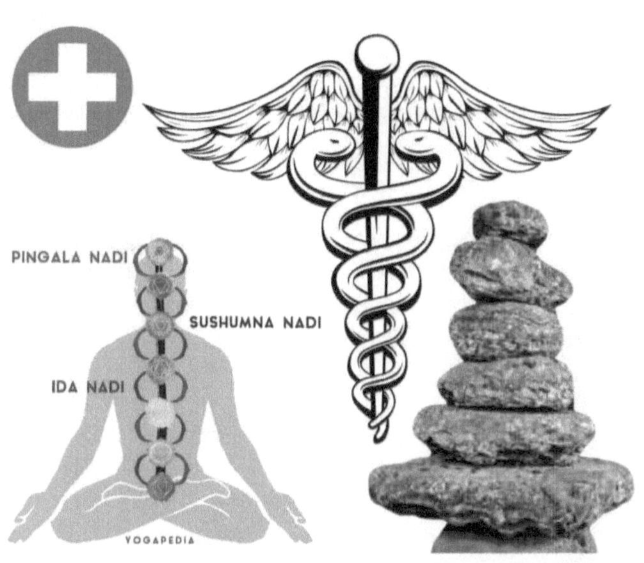

Hospital - மருத்துவமனை குறியீடு

தெரியவில்லை. ஆசீவகம் என்னும் சமயம் அக்கு அக்காக பிரிந்து 6சமயங்களாகி அவை மீண்டும் இந்து என ஒன்றாகி போனது.

இந்த ஆசீவக நாட்காட்டி அழிந்த வருடமே ஆய் நாடு காணாமல் போன கிபி2ம் நூற்றாண்டு. குத்தூசி மற்றும் வர்ம சிகிச்சை முறை 800ஆண்டில் கிபி10ல் நம்மிடம் இருந்து காணாமல் போனது. இதன் உச்சகட்ட வளர்ச்சி தற்போது மருந்தகம் மற்றும் மருத்துவமனை தனித்தனியாக மாறியது. வைத்தியர்கள் சிறப்பு நிபுணர்கள் ஆகிய போனது. அதற்கு தனியாக மருத்துவமனை திறக்கப்பட்டது.

வசந்த் வெள்ளைத்துரை

கொல்ல நாட்காட்டியே வணிக நாட்காட்டி கிபி2ம் நூற்றாண்டு முன்பு 364 நாட்கள் 4 பருவம் என இருந்தது. சூரியனோடு சேர்த்து கிரகங்கள் எண்ணிக்கை மொத்தம் 7தான். இதனை தான் கொல்ல மற்றும் ஆசீவக நாட்காட்டி பயன்படுத்தியது. மொத்தமாகவே 52வாரங்களில் வருடம் சுழற்சி வந்துவிடும்.

கிபி2ம் நூற்றாண்டு பிற்பகுதியில் அழிக்கபட்டு இருந்தாலும் பழைய கொல்ல மற்றும் ஆசீவக நாட்காட்டி கிபி8ம் நூற்றாண்டு வரை புழக்கத்தில் இருந்துள்ளது. மீண்டும் கிபி8ம் நூற்றாண்டில் கொல்ல நாட்காட்டி மாற்றி அமைக்கப்பட்டது.

நடுவில் வணிக நாட்காட்டி என இருந்தது மொத்தமாக 360நாட்கள்.. அதில் வெறும் 40வாரம் தான். 6பருவங்கள் ஒரு பருவத்திற்கு 60நாட்கள் வாரத்திற்கு 9 நாட்கள் என பிரித்து அதுவும் 786 என பிரிந்தது.

786 என்பது திதியில் முதல் 7 நாட்கள் அதனை அடுத்து அட்டமி நவமி நாட்கள் விடுத்து 6நாட்கள் கணக்கீடு செய்யப்படும். இது வணிகத்தில் வந்ததும் அட்டமி நவமி விடுமுறை நாட்கள் ஆகி போனது. அட்டமி நவமிக்கு முன்னாள் 7நாட்கள் வேலை நாள் மற்றும் அட்டமி நவமி பின்னால் 6 நாட்கள் வேலை நாள் என மாறி போனது. இதனை குறிப்பதே 786.

இந்த கொல்ல நாட்காட்டி மலையாள மக்கள் புதுவருட தொடக்கத்தையும் மாற்றியது. அதற்கு முன்பாக சித்தரை முதல் நாள் விஷு கணி காணுதல் புதுவருட பிறப்பாக இருந்தது. இந்த புதிய கொல்ல நாட்காட்டி கிபி786ல் முதல் 1100 வரை கடல் வணிகத்தில் வர அஞ்சுவன்னம் என அறுநூற்றவர் மற்றும் ஐந்நூற்றுவர் என வணிகர்கள் இரு பிரிவாக பிரிந்து இருந்து சோழர்கள் காலத்தில் இந்த நாட்காட்டி கைவிடப்பட்டது.

வசந்த் வெள்ளைத்துரை

இந்த நாட்காட்டி இப்போது எங்கும் பயன்படுத்துவது இல்லை. சூரிய சந்திர நாட்காட்டியாக தொகுக்கபட்டு 60 ஆண்டு சுழற்சியில் 364நாட்கள் 52வாரங்கள் 7நாட்கள் 6பருவங்கள் என மாறியது.

கிபி2ம் நூற்றாண்டில் கண்டு பிடிக்கப்பட்ட ராகு கேது.. இதில் கேது கையில் அருவாளோடு மனித தலையுடன் ஊரைத் காக்கும் அய்யனார் ஆகி போனார். நாகம் உடல் வாகனம் என்றாகி போனது.

அதே ராகு நாகத்தலையுடன் மனித உடலாக ஊரை காக்கும் புல்லையன் ஆகி போனார். புல்லையன் என்றால் மஞ்சள் கையில் பிடித்து வைப்பது. இன்னும் கிராம புற ஊர்களில் சேறு கையில் பிடித்து வைப்பது மற்றும் மஞ்சள் கையில் பிடித்து வைத்து பிள்ளையார் என இருந்து வருகிறது. நாகம் என்றால் யானை. பின்னாளில் அதுவே பாம்பு தலை பாம்பு உடல் என பொருள் கொள்ளப்பட்டு ராகு கேது அவ்வாறு பின்னாளில் சித்தரிக்கப்பட்டுள்ளது.

வசந்த் வெள்ளைத்துரை

கிபி2முதல் 9கிரகங்கள் வழிபடுவோர் காணாபத்யம் என பிரிக்கப்பட்டு இருந்து இவை கிபி8நூற்றாண்டில் கொல்ல நாட்காட்டி வந்த பிறகு காணாபத்யம் சைவத்தோடு சேர்ந்தது.

கிபி10நூற்றாண்டு பிறகு சிவாலயங்களில் விநாயகருக்கு சிலை அமைய பெற்றது. நவகிரக சிலைகள் அம்மன் மற்றும் முருகன் கோயில்களில் நவகிரக சன்னதி வர தொடங்கியது.

வைணவ கோயில்களில் நவகிரக சன்னிதி கிடையாது. பிள்ளையாருக்கு சன்னதியும் கிடையாது.

.ஏதோ நாட்காட்டி தானே மாற்றினால் என்ன ஆக போகிறது என்று என்ன வேண்டாம்.

ஒரு நாட்டில் நாட்காட்டி மாறினால் பருவம் மாறும். பருவம் மாறினால் வானிலை மாறும். வானிலை மாறினால் வணிகம் மாறிவிடும். வணிகம் மாறினால் வழக்குகள் மாறிவிடும்.

ஆய் நாடு ஏதோ தெற்கே இருந்த சிற்றரசு பாண்டியர்கள் கீழ் சேரர் கீழ் இயங்கியது. பின்னாளில் சோழர்கள் கைவசம் சென்றதும் தலையெழுத்து மாறிவிட்டது என்று எண்ண வேண்டாம்.

ஆய் நாடு வரலாறு மிகவும் நீண்டது. இங்கு நடந்த வள்ளியம் என்னும் மிளகு வணிகம் மட்டுமே இதுவரை நீங்கள் அறிந்தது.

ஆய் நாட்டிற்கு மற்றொரு முகமும் உண்டு அதுவே நாகவள்ளி. மிளகு எப்படி தங்கமோ அதை விட கூடுதல் மதிப்பு இதற்கு உண்டு வெறும்

இலை ஆன மிளகு கொடி போல வெற்றிலை என எண்ண வேண்டாம். இதுவே இந்திர சபை இங்கு எடுக்கும் முடிவுகளே முப்புரி ஆன மூன்று மலைகளுக்கு கட்டுபட்டது.

இமயன் மலை (இமயமலை)

கீழ் மலை (கிழக்கு தொடர்ச்சி மலை)

மேரு மலை (மேற்கு தொடர்ச்சி மலை)

இங்கு குறியீடு மாலை அணியாமல் இந்த மலையில் மற்றவர்கள் கால் பாதம் கூட பட முடியாது.

இமயன்மலை செல்ல வேண்டும் என்றால் கண்மணி அணிய வேண்டும். (உத்திராக்கம்-ருத்ராட்சம்).

கீழ் மலை செல்ல வேண்டும் என்றால் ஆரம் அணிய வேண்டும். (செஞ் சந்தனம்).

மேரு மலை செல்ல வேண்டும் என்றால் குமுலி அணிய வேண்டும் (துளசி)

கண்மணி, ஆரம், குமிலி இதில் செய்யப்பட்ட மாலை குறவர்கள் உடையது இந்த மலை அவர்களுக்கு சொந்தமானது.

இங்கு தலைமை ஏற்கும் தலைவன் கோன் எனப்படும் வள்ளல்கள். இவர்கள் அனைவரும் இடையர், ஆயர் மற்றும் குறவர்களாக இருப்பார்கள் இந்த தலைவனுக்கு மட்டுமே தலையில் இறகுகள் தரித்து

வசந்த் வெள்ளைத்துரை

இருக்கும். அதே வள்ளல்கள் என்போர் இவ்வுலகிற்கு இரகசியமாக வாழ்பவர்கள் அடையாளம் என்பது இருக்காது.

இந்த கடை ஏழு வள்ளல்கள் ஆலமரத்தடியில் மற்றும் அரச மரத்தடியில் விட்டு சென்றதே இன்று நீங்கள் காணும் வழக்காடும் நீதிமன்றங்கள். ஆம் ஒரு சொம்பு தண்ணீர் அருகே நாகவள்ளி உடன் பாக்கு வைத்து துண்டு முடிந்து வைத்தால் கோனின் சொல்லுக்கு மொத்த மூன்று மலையும் கட்டுப்படும்.

இந்த சுப்ரீம் கோர்ட்டை சங்க இலக்கியங்களில் உள்ளதா என்றால் உள்ளது *குமரி கோடும் கொடுங்கடல் கொள்ள*

ஆம் ஆய் நாட்டில் ராணுவத்திற்கு பெயர் குமரிப்படை என்பதுவே. இங்கு விளைந்த இங்கு மனம் வீசிய லவங்கம் மற்றும் மல்லிகைக்கு குமரிஞூழல் என்பதுவே. இங்கு முடிசூட்டப்பட்டவர்களே ஞூழல் வேந்தன் என்ற கொன்றை வேந்தர்கள்.

சந்தன காடுகள் மத்தியில் அமைந்த குமரிகோடு வேறு எதுவும் இல்லை கோடாரம் என்னும் இன்றைய நாகர்கோவிலில் நாகராசன் கோயில் இருக்கும் இடமே.

அதே போல கன்னியாகுமரி என்பது குறுநறுங்கண்ணி செடியே களிமண் புல்லையாருக்கு இதன் விதைகளே இன்று வரை கண்ணாக வைத்து விநாயகர் சதுர்த்தி நாளில் விற்பனை செய்கின்றனர்.

குமரி என்பது குமரிகொழுந்து தான். குறுநறுங்கண்ணி என்பது குமரிகொழுந்தே..

வசந்த் வெள்ளைத்துரை

உலகில் இந்தியா இலங்கை மாலத்தீவு மடகாஸ்கர் பகுதியில் நீங்கள் பிறந்து இருந்தால் உங்கள் குலதெய்வம் கோயிலுக்கு சூட்டும் மாலை இந்த குமரிகொழுந்தில் தொடுத்த மாலை மட்டுமே.

மூன்று மலையில் கால் வைக்கவே மலைக்கு இந்த மணி அணிய வேண்டும் என்பது போல. நூல் ஒன்று அணிந்து இருந்தால் மூன்று மலையில் தாராளமாக சென்று வரலாம். அதுவே முப்புரி நூல் என்னும் பூணூல். இது ஏதோ பிராமணர்கள் அணியும் நூல் என பின்னாளில் கதை கட்டி விட பட்டுள்ளது.

இறந்தவருக்கு திதி கொடுக்க சென்றால் நீங்கள் இம்மண்ணில் யாராக இருந்தாலும் பிராமணரே நமக்கு அணிவித்து அவர்களை அமர வைத்து தான் இறந்தவருக்கு அந்த திதியே கொடுக்க சொல்வார்கள்.

பூணூல் என்பது இறந்தவருக்கு திதி தரும் போது வலது தோளில் இருக்கும் மற்றும் உங்களுக்கு அதனை செய்ய கற்று தருபவருக்கு இடது தோளில் இருக்கும்.

யார் இவர்? சடங்கு ஆசிரியர் என்னும் சடங்காசிரியர் இவரே புரோகிதன். உலகம் முழுக்க தேடும் இந்திரன் இவரே.

தமிழில் உள்ள பலவற்றை நாம் தெரிந்து கொள்ளவில்லை அதே போல நம் ஊரில் நம்மை சுற்றி சொல்லபடும் கதைகள் ஆழமாக காணவில்லை. புரோகிதன்-புரோக்து - போகத்தவன் - போத்திரியன் - போத்தி என அழைப்பது ஏதேனும் ஒன்றை விற்பனை செய்யும் வணிகனே..

வசந்த் வெள்ளைத்துரை

இந்த விற்பனை செய்யும் விற்பனையாளனே இந்திரன். இந்த பூணூல் நிச்சயமாக இதனை ஒன்றை உற்பத்தி செய்பவர்கள் முதல் விற்பனை செய்யும் வணிகர்கள் வரை அணிந்து இருப்பார்கள்.

இதனை குய மக்கள் ஆய் நாட்டில் அணிந்து இருந்தனர். ஆம் கொல்லன், தச்சன், சிற்பி என அனைவரும் அணிந்த நூலே பூணூல்.

கற்கும் போது வலது புறம் கற்று முடிந்த பிறகு இடது தோளில் இருக்கும் இந்த பிம்பம் முறையே ஆசான் மாணவன் என்னும் கண்ணாடி. இதனை அச்சு பிசிராமல் அடிச்சு வைத்திருக்கும் சுவடே பிள்ளையார்பட்டி கற்பக விநாயகர்.

இந்த பூணூல் அணிந்து இருக்க மந்திரம் சொல்ல வேண்டும் அவ்வாறு சொல்லபட்ட மந்திரம் ஒரு மனப்பாட பாடலே திருக்குறள்.

இதனை காலம் காலமாக மக்களிடையே கடத்தியவர்கள் சொல்லி கொடுத்தவர்கள் ஆய் நாட்டு பெண்களே. முப்புரி நூல் எடுத்ததும் போட முடியாது. ஒரு நூல் கல்வி, மறு நூல் திருமணம் மற்றும் இறுதியாக பிள்ளை பிறந்த பிறகு மூன்று நூலாக போட வேண்டும். இது வெள்ளை நிறம்.

இதுவே   பெண்கள் அணியும் பூணூல் மஞ்சள் நிறம் . கழுத்தில் அணியும் தாலி அதற்கு முன்று முடிச்சு என்பது இந்த மும்மலைக்கு பொதுவாக என உறுதி ஏற்பது. முன்னாளில் பனை ஓலையில் மணமக்கள் பெயரை பனை ஓலையில் எழுதி மஞ்சள் கயிற்றில் கட்டினர். பிறகு குயவர்கள் சுடுமண் கற்கள் கோர்த்து தாலி கட்டினர். அதன் பின்னர் தங்கத்தில் கோர்த்து தாலி நடைமுறையில் உள்ளது.

வசந்த் வெள்ளைத்துரை

ஆய் நாடு எல்லை என்பது ஆயர்கள் மட்டும் இன்றி பல்வேறு இன குழு மக்கள் கொண்டது. இந்த நாட்டின் அமைப்பு கிபி1ம் நூற்றாண்டிற்கு முன்பு இதன் வடக்கு எல்லை இன்றைய சபரிமலை என எடுப்பது தவறு.. இந்த மலை இன்னும் நீளும் ஆனைமலையா என்றால் அதனையும் தாண்டி பாலக்காடு கணவாய்? அதனையும் தாண்டி ஆய் நாட்டின் தெற்கு எல்லை ரத்தினகடல் (குமரி கடல்) பகவதி அம்மன் இருப்பது போல வடக்கில் ரத்னகிரி அதே பகவதி அம்மன் இன்னும் இருக்கின்றனர்.

ஆய் நாட்டில் ஊர் முழுவதும் இருக்கும் ஐயனார் வேறு யாரும் இல்லை சாத்தவாகனன் வரலாற்றில் சாதவாகனர் என்று பதியபட்டவர்கள்

யார் இந்த சாத்தவாகனன்? கொங்கு நாட்டு சாலியன் சாளுக்கியர் வரலாற்றில் அதுவே சாத்தவாகனன் *மாசாத்துவான்* .. வரலாறு வடக்கில் கைபர் கணவாய் வைத்து எழுதபட்டது அப்பட்டமான பொய்யே.. யானை குகையும் வாதாபி விநாய்கன் என்னும் மாநாய்கன். ஆய் நாட்டின் கோன்.

மூன்று மலைகள் இதில் மேரு மலையில் மற்றும் இதனை சுற்றி வாழ்ந்த மக்கள் மட்டுமே ஆய் நாட்டு மக்கள் அல்ல. இமயம் மற்றும் கிழக்கு தொடர்ச்சி மலையில் சுற்றி வாழ்ந்தவர்களும் ஆய் நாட்டு மக்களே. இதனை எளிதாக எடுத்து விடலாம். ஆனால் இங்கே உள்ள அரசியல் ஆரியம் மற்றும் திராவிடம் என சில நூறு ஆண்டுகள் பிரித்து பிரித்து இதை ஆய்வு செய்யும் ஆய்வாளர்கள் கூட அவ்வாறே ஆய்வு செய்ய வேண்டும் அவ்வாறே ஆய்வு கருத்துக்களை கூறி வருகின்றனர். இந்த போலி முகத்திரை வந்தது எப்படி என பின்னர் பார்ப்போம்.

வடக்கில் தாமிரபரணி மகதை பற்றி கங்கை பற்றி ஆரவல்லி மலையில் உள்ளதை ஏற்கனவே கொடுத்தாலும் கடக ரேகையில் இருந்த ஒரு

நாட்டின் தலைநகரம் தான் உச்சினி ஆம் இது அவந்தி நாட்டு தலைநகரம்.

புத்தன் முதல் சமணர் வரை பிறந்த நாட்டின் தலைநகராக பிற்காலத்தில் கூறபட்டாலும். கடக ரேகைக்கு மேலே நமது நாட்காட்டி மற்றும் பருவநிலை பொருந்தாது. கிமு600ல் ஆசிவக நாட்காட்டியில் ஐப்பசி முதல் சித்திரை வரை தட்சணாயணம் என கணக்கீடு அதுவே வைகாசி முதல் புரட்டாசி வரை உத்திராயணம். தெற்கே கோடை காலத்தில் வடக்கில் மழை வெள்ளை பெருக்கை வைகாசி வசந்த காலமாக கணக்கீடுவது.

ஆகவே இந்த இரு கால பருவ மாற்ற நிகழ்வை குறிப்பதுவே பச்சை கிளி. அவந்திகை நாடு மற்றும் உச்சினி என்றால் கிமு600ல் இருந்த ஒரே மொழி தமிழ் மொழியே அதன் நேரடி பொருளே பச்சை கிளி.

அதே போல மேரு மலையில் சுற்றி வாழ்ந்த மக்கள் இடையில் கடந்த கிழக்கு மேற்காக கடந்த இடமே பாலகாடு கணவாய். இதுவே நெசவாளர் பகுதி இங்கு வாழ்ந்த மக்களே சாலியன் என்னும் சாளுக்கியர்கள் பின்னாளில்.

அதே போல மோசிகை என்றால் மலையில் உச்சியில் வாழும் பழங்குடி மக்கள் அவர்கள் உருவாக்கியது மூசிக நாடு என்னு புலிநாடு. அதன் அருகே குயவர்கள் வாழ்ந்த நாடு கடம்-பர் நாடு மற்றும் அதற்கு அருகே இருந்தவர்கள் பொற் கொல்லர்கள் இருந்தது குந்தகம் நாடு.

வசந்த் வெள்ளைத்துரை

இங்கு இருந்த வணிகர்கள் ஒன்று சேர்ந்து அமைத்த சங்கங்கள் சாத்துவன் (வணிகர்கள்) இவர்கள் தரைவழியாக யானை குதிரை மற்றும் மாடுகளை கொண்டு வாகணம் வைத்து வணிகம் செய்து வந்தனர். இவர்கள் சாத்தவாகனன் என்றும் சாத்வாகனன் என அறியப்படும் வணிகர்கள்.

இவர்கள் அனைவரின் முத்திரையில் ஏன் சேர சோழ பாண்டியர்கள் முத்திரை வரை ஏழு தாமரை, ஏழு கற்கள் அல்லது யானை சின்னம் இருக்கும் அது ஆய் நாட்டை குறித்ததுவே.

ஊர் முழுவதும் அய்யனார் வழிபாடு இங்கு மட்டும் அல்ல கொரியாவில் உள்ளது அதன் புகைப்படங்கள் இணைக்கிறேன்.

மீண்டும் சிம்மம் ராசி ஏன் கொல்ல நாட்காட்டி கசவு சேலை ஓணம் பண்டிகை எதற்காக? ஆவணி மாதத்தில் வருடம் துவங்குவது எதனால்

வசந்த் வெள்ளைத்துரை

செம்பகவல்லி முதல் மதுரை மீனாட்சி வரை கையில் உள்ள கிளியும் திண்ணை பள்ளி என்னும் சமண பள்ளிகள் எதற்காக.

கொல்ல நாட்காட்டி ஆவணி மாதம் வருட தொடக்கமாக மாற்றி அமைத்தனர்.

ஐஆர்8 நாற்று என்பது அனைவரும் அறிந்ததே. ஐந்து அல்லது 6 மாதத்தில் விளைச்சல் வரும் ரகம். சம்பா நாத்து அனைத்தும் 150-180 நாட்கள் தான்

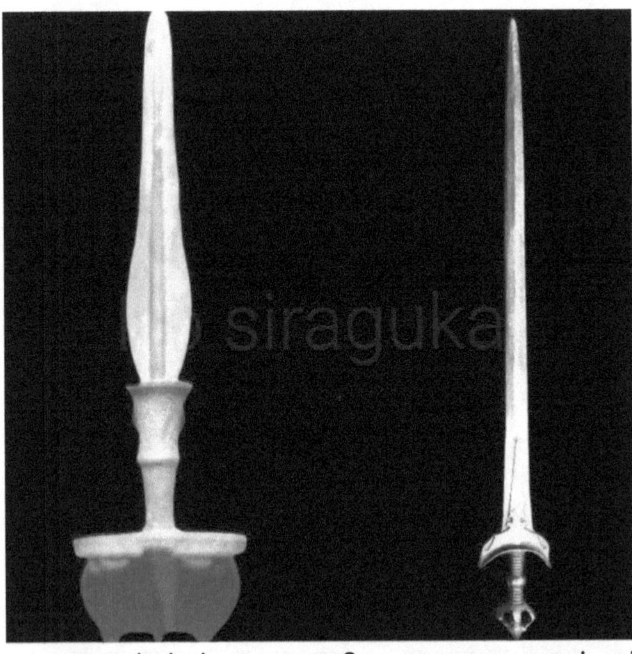

இதன் பருவம் 360க்கு 8ஆக வகுத்து 45 நாட்களுக்கு ஒரு பருவம் என 2போகத்திற்கு 8மண்டலம் பிரித்து நாட்காட்டி

உருவாக்கப்பட்டது. ஆவணி 01 அறுவடை மாதம் மற்றும் தைப்பொங்கடி 01 இரண்டாம் அறுவடை மாதமாக கணக்கீடு செய்து.

வசந்த் வெள்ளைத்துரை

ஆவணி மாதம் ஆவணீயம் என்னும் சந்தை   கடை வீதிகள் திறந்து கிபி2ம் நூற்றாண்டில் உள்ளது போலவே கிபி8ல் ஆம் நாட்டின் கொல்லம் துறைமுகத்தில் இதற்கு முடிவுகள் செய்து நடைமுறை படுத்தினர்.

பொங்கடி மாதங்களாக கோளரி மற்றும் யானை சின்னம் ஆவணியும் மற்றும் தை மாதம் குறிக்கப்பட்டது. அதற்கு காரணம் உண்டு இந்த 6மாத இடைவெளியில் யானை வலசை பாதை உள்ளது இதுவே கிழுவில் உள்ள ஆதிபாதை.

செம்பகவள்ளியை இரண்டாயிரம் வருடங்களுக்கு பிறகு நாம் தேடும் முன்னரே. அவர் ஊரை விட்டு சென்ற 200வருடத்தில் பௌத்த துறவி மாலநந்தன் தேடினார். இவர் மூலமே கொரியா மட்டும் அல்ல சீனா முழுவதும் பௌத்தம் பெரிய அளவில் பௌத்தம் பரப்பப்பட்டது.

சமண வணிகர் உடன் சென்றவரை பௌத்தர்கள் ஏன் தேடினார்கள். செம்பவளம் செம்பகவள்ளி ஆக வளர காத்திருக்கிறாள்..

வசந்த் வெள்ளைத்துரை

www.ingramcontent.com/pod-product-compliance
Lightning Source LLC
Chambersburg PA
CBHW062144150726
47991CB00006B/2173